લાલ બહાદુર શાસ્ત્રી

નેતૃત્વનાં સૂત્ર

૨ ઓક્ટોબર ૧૯૦૪-૧૧ જાન્યુઆરી ૧૯૬૬

લાલ બહાદુર શાસ્ત્રી

નેતૃત્વનાં સૂત્ર

અનિલ શાસ્ત્રીના પ્રસંગો

પવન ચૌધરીનો બુદ્ધિ સાર

અનુવાદ

રમેશ તન્ના - અનિતા તન્ના

WVPD

Wisdom Village Publications Pvt Ltd

Knowledge is information. Wisdom is transformation.

A WISDOM VILLAGE PRESENTATION
Books from Wisdom Village Publications envision to enhance and enrich their readers with life changing experiences from the business, mind, body and soul genres. They strive towards holistic development.
Editorial Coordinator: Anu Anand

Gujarati translation of "Lal Bahadur Shastri: Lessons in Leadership"
ISBN 9789380710389

Published by:

W V P D

Wisdom Village Publications Pvt Ltd
Knowledge is information. Wisdom is transformation.

www.wisdomvillagepublications.com

To Book Your Orders:
Email: wvpdindia@gmail.com
Or Call: +91 9810800469

Published by Anu Anand ; Cover Design by Sunil Mathur ;
Page Setting by Mamta Sahni;

આભાર

આ પુસ્તકને રજૂ કરતી વખતે કેટલીક વ્યક્તિઓનો આભાર માનવાનું મન છે. આ રહી તેની નામાવલિ :

સૌપ્રથમ, પ્રકાશક અનુ આનંદનો, તેમના ઊંડા સંશોધન માટે અને શાસ્ત્રીજીના જીવન તથા બોધથી મેળવેલા જ્ઞાનનો આ પુસ્તકમાં સમાવેશ કરી શકાય તે માટે અમારી સાથે તેમણે કરેલી અસંખ્ય બેઠકો માટે. આ પુસ્તકને તેમણે ઘણા ઓછા સમયમાં અત્યંત કુશળતા સાથે તૈયાર કર્યું છે. મોટા ભાગે અમારા જેવા લેખકો માટે તો આ પ્રક્રિયા ઘણી લાંબી પૂરવાર થતી હોય છે.

...અનામિકા વિશ્વનાથનૂનો, અમારા શબ્દો અને વિચાર મણકાઓને એક દોરીમાં પરોવીને એક શાનદાર પુસ્તકનું સ્વરૂપ આપવા અને પુસ્તકને સંપાદિત કરવા માટે.

...સુનીલ અને રજની માથુરનો, પોતાનાં આકર્ષક ચિત્રોથી પુસ્તકને જીવંત બનાવવા માટે.

...મંજુ શાસ્ત્રીનો, પોતાની અંતદષ્ટિ અને પૂર્ણવિચાર આપવા માટે, નિષ્પક્ષ વિશ્લેષણ અને અમને નિરંતર ઉત્સાહિત કરવા માટે પણ.

...અમારા પરિવારના તમામ સભ્યોનો, પોતાનો અંગત સમય આ પુસ્તકની તૈયાર માટે આપવા બદલ.

...અને મનીષાનો પુસ્તકના લખાણને ટાઈપ કરવા માટે તથા પ્રકાશક સાથે યોગ્ય સમન્વય કરવા બદલ.

અનુક્રમણિકા

વિષય પ્રવેશ ૧૧
વ્યક્તિગત રીતે આપણને પ્રેરણા આપતા સિદ્ધાંતો ૧૫
માળીની શિખામણ ૧૭
શાળામાં કઠોર પરિશ્રમ ૨૦
કેરી વેચતો ફેરિયો ૨૪
શાકાહારનો સિદ્ધાંત ૨૭
ઉધારના પૈસા ૩૦
લલિતાજીનું સમર્પણ અને ત્યાગ. ૩૩
પોતાની જરૂરિયાત મુજબ જીવવું ૩૬
પરંપરા સામે સાહસ, પરંપરા તોડવાનું સાહસ ૩૯
નૈતિકતા તથા નિઃસ્વાર્થ જીવન. ૪૩
સંગઠનાત્મક કૌશલ્ય ૪૭
સાદો પોશાક , સાદગીભર્યો પહેરવેશ. ૪૯
સ્વંયસહાયની તાલીમ ૫૨
ખિસ્સા ખર્ચ (પોકેટ મની) ૫૫
સમય સંચાલન, સમયનું આયોજન ૫૯
સમયની પાબંદી, સમય પાલન ૬૨
ધીરજનું ફળ ૬૫
આટલો નાનો માણસ ૬૮

સાદું જીવન, ઉચ્ચ વિચાર ૭૦
નેહરુ પછી કોણ ? ૭૩
એક પારિવારિક વ્યક્તિ ૭૬
કારમાં છુપાયો સંદેશ ૭૯
બિનકાયદેસર ડ્રાઈવિંગ લાઇસન્સ ૮૩
ભારતીય જીવન મૂલ્યો ૮૭
મારાં દાદી મા ૮૯
ત્રીજી જાન્યુઆરીનો એ દુર્ભાગ્યપૂર્ણ દિવસ ૯૨

ડેનિયલ ગોલમેન ૯૬
અસરકારક કાર્ય પ્રણાલિ અને પદ્ધતિઓ ૯૭
સંકટ પ્રબંધક ૧૦૦
પુરૂષોત્તમ દાસ ટંડન અને પંડિત નેહરુ ૧૦૩
લોકોને નિયંત્રિત તથા સંગઠિત કરવાની કળા ૧૦૫
પ્રેરણાદાયી વ્યક્તિ ૧૦૭
વાણિજ્ય મંડપમાં ભાષણ ૧૧૦
ચા-પાર્ટી અને સમોસાં ૧૧૫
અનુભવ વગરના, પરંતુ યોગ્ય સહાયકો પર વિશ્વાસ ૧૧૭
યોગ્ય સમયે યોગ્ય પ્રતિક્રિયા ૧૨૧
ગઠબંધનની રાજનીતિ ૧૨૪
બે નાયબ નેતાઓ ૧૨૬
વડીલોના ચરણસ્પર્શ કરવાની પરંપરા ૧૩૦
ઉત્તરપ્રદેશમાં મધ્યસ્થી ૧૩૩
નિંદા કરનારને નજીક રાખો ૧૩૬

તળિયાના (ગણાતા) લોકો માટે સહાનુભૂતિ ૧૩૯
કૉંગ્રેસ સંસદીય દળ (સી.પી.પી.)ની બેઠકની અધ્યક્ષતા ૧૪૨
આપ સાથે ચાલવાનું પસંદ કરશો ? ૧૪૫
પ્રતાપ સિંહ કેર ૧૪૯
શાસ્ત્રીજીના પ્રધાનમંડળમાં બીજું સ્થાન ૧૫૨
ટી. ટી. કૃષ્ણામાચારી ૧૫૫
ઈન્દિરા ગાંધી અને શાસ્ત્રીજી ૧૫૭
હાજરજવાબી શાસ્ત્રીજી ૧૬૦
એક મિલનસાર વ્યક્તિત્વ ૧૬૨
શિષ્ટતાપૂર્વક 'ના' કહેવાની કળા ૧૬૪
મારી પૃષ્ઠભૂમિ અને વિશેષાધિકાર ૧૬૬
સહાધ્યાર્થી છોકરીઓ સાથે વાતચીત ૧૬૯

જાતિસૂચક અટક ૧૭૫
પરિવાર વિરુદ્ધ દેશ ૧૭૭
રાષ્ટ્રસેવાનું સ્વપ્ન ૧૮૦
પ્રામાણિક અને પ્રતિબદ્ધ કર્મચારીઓ પ્રત્યે સન્માન ૧૮૩
અસ્પૃશ્યતા સત્તાના વિરોધમાં ૧૮૬
બિનજવાબદાર અધિકારીઓને વશ કરવા ૧૮૯
શાસ્ત્રીજી : તમામ માટે કાયમ ઉપલબ્ધ ! ૧૯૧
સામાન્ય ચૂંટણી ૧૯૪
ત્રીસ સેકન્ડમાં ઈશ્વરને પ્રાર્થના ૧૯૬
અકાલી આંદોલન : આમરણાંત ઉપવાસ ૧૯૮
કાશ્મીર સમસ્યા ૨૦૩
અનિર્ણયાત્મકતાનો સ્વીકાર ૨૦૮

પાકિસ્તાન સામે યુદ્ધ ૨૧૧
કદ વામન, વ્યક્તિત્વ ઊંચું ૨૧૫
એક વિશ્વસનીય નેતા ૨૧૮
જય જવાન, જય કિસાન ૨૨૨
યુદ્ધનાયક ૨૨૪
સાચું આતિથ્ય ૨૨૭
અમૂલ ડેરીની મુલાકાત ૨૩૦
સામ્યવાદી નહીં, મહાસામ્યવાદી ૨૩૨
એક મર્મસ્પર્શી શ્રદ્ધાંજલિ ૨૩૫
સંદર્ભ સૂચિ ૨૩૮

વિષય પ્રવેશ

આ પુસ્તક સમાજના સૌથી ગરીબ વર્ગમાંથી આવેલી એક વ્યક્તિના જીવન પર આધારિત છે. પોતાના જીવનમાં આગળ જતાં એ વ્યક્તિ દેશના સર્વોચ્ચ પદ પર પહોંચવામાં સફળ રહી હતી. તે વ્યક્તિ જ્ઞાન અને વ્યવહારિકતાનું પ્રતિક હતી.

એ વ્યક્તિ એક મહાપુરુષ હતા. એવા મહાપુરુષ જેમણે મૂલ્યોને ચરિતાર્થ કરી બતાવ્યાં. જે મૂલ્યોને તેમણે પોતાના જીવનમાં વણી લીધાં હતાં એ મૂલ્યો સમયકાળ અને પેઢીઓથી પર છે. એ મૂલ્યો માત્ર વર્તમાનકાળમાં અમૂલ્ય પૂરવાર થયાં છે એવું નથી, પરંતુ એ મૂલ્યો તો ભવિષ્યમાં પણ સાર્થક થશે.

તમે જેમ જેમ આ પુસ્તક વાંચતા જશો તેમ તેમ શાસ્ત્રીજી (લાલ બહાદુર શાસ્ત્રી)ના બાળપણ, સાર્વજનિક જીવન, અને યુવાવસ્થાના રસપ્રદ પ્રસંગોથી વાકેફ થશો. સિદ્ધાંતોને તેમણે પૂરી દઢતાથી પોતાના જીવનમાં ઉતાર્યા અને તેઓ સિદ્ધાંતો સાથે જ જીવ્યા. કમનસીબે મૃત્યુના ક્રૂર પંજાએ આપણી પાસેથી શાસ્ત્રીજીને ઘણા વહેલા લઈ લીધા.

મેં શાસ્ત્રીજીના બીજા નંબરના દીકરા અનિલ શાસ્ત્રી સાથે તેમનાં અંગત સ્મરણોનું શ્રવણ કરીને તેને આ પુસ્તકમાં રજૂ કર્યાં છે. અનિલ શાસ્ત્રી એક એવી ભાગ્યશાળી વ્યક્તિ છે જેમનો ઉછેર એક મહાન અને દઢ વ્યક્તિત્વના સ્વામી એવા શાસ્ત્રીજીના ઘરે થયો હતો. અનિલભાઈ સાથેની વાતચીત દરમિયાન તેમનામાં રહેલી સચ્ચાઈ,

પ્રામાણિકતા અને નિષ્ઠા મને સ્પર્શી ગયાં. મેં જોયું કે તેમની વાણીમાં પિતાના વ્યક્તિત્વનો પણ અંશ હતો. મેં એ પણ જોયું કે રાજનીતિમાં સક્રિય હોવા ઉપરાંત, એક શૈક્ષણિક સંસ્થાના અધ્યક્ષ હોવા છતાં તેમણે જીવનમૂલ્યોને ખંડિત થવા દીધાં નથી.(મોટાભાગે આવી સ્થિતિમાં મૂલ્યો સાચવી રાખવાનું અઘરું હોય છે.) તેમના ગરિમાપૂર્ણ બાહ્ય દેખાવની પાછળ એક સીધી-સાદી, આડંબરરહિત અને અત્યંત મિલનસાર વ્યક્તિ પણ છુપાયેલી હતી.

જ્યારે તેઓ પિતા સાથે પોતે વિતાવેલી ક્ષણોનું સ્મરણ કરે છે ત્યારે તેમની આંખોમાં હંમેશા ગૌરવની ખાસ ચમક જોવા મળે છે. એક મહાન પિતા જ આવા ગૌરવની પ્રેરણા બની શકે. જે જે લોકોને પોતાના જીવનકાળ દરમિયાન લાલ બહાદુર શાસ્ત્રીજી સાથે વાત કરવાની તક મળી હતી એ દરેકમાં તમને ગૌરવની આ લાગણી જોવા મળે. લાલ બહાદુર શાસ્ત્રી પ્રથમ એવી વ્યક્તિ હતા, જેમને મરણોત્તર, ૧૯૬૬માં, દેશના સર્વોચ્ચ નાગરિક સન્માન 'ભારતરત્ન'થી સન્માનિત કરાયા હતા. તેઓ ખરેખર દેશનું સાચું રત્ન હતા.

લાલ બહાદુર શાસ્ત્રીની જે વાતે સૌથી મને સવિશેષ પ્રભાવિત કર્યો એ વાત એ છે કે તદ્દન સામાન્ય પરિવારમાં જન્મેલા અને ઉછરેલા હોવા છતાં પોતાની લગન, પરિશ્રમ અને બુદ્ધિમત્તાથી તેઓ દેશના સર્વોચ્ચ પદ સુધી પહોંચ્યા. ગરીબી ક્યારેય તેમને હરાવી ન શકી, ઉલ્ટાનું ગરીબીએ જ તેમને સર્વોચ્ચ સ્થાને પહોંચવા માટે પ્રેરિત કર્યા.

તેમના હૃદયમાં કાયમ બીજાઓ માટે સહાનુભૂતિ રહેતી. તેમણે સદાય સામેની વ્યક્તિને સ્થાને પોતાની જાતને મૂકીને એની પીડા અને દર્દને સમજવાનો પ્રયાસ કર્યો. સમાજના દરેક ક્ષેત્રમાંથી આવતા લોકો સાથેના તેમના વ્યવહાર પરથી આપણને આ વાતની પ્રતીતિ થાય. અલબત્ત, આવી નિકટતા પછી પણ તેઓ ક્યારેય નિષ્પક્ષતા

અને ન્યાયના માર્ગથી ચલિત થયા નહોતા. કોઈ પણ બાબત તેમને તેમના કર્તવ્યોથી વિચલિત કરી શકતી નહોતી. તેઓ ત્વરિત અને નિર્ણાયક ઉકેલ માટે જાણીતા હતા; પછી એ પાકિસ્તાન સાથેની યુદ્ધની સ્થિતિ હોય કે કાશ્મીરમાં કાર્યવાહી કરવાની જરૂરિયાત હોય. (દેશ અને પક્ષ માટે) તેઓ સંકટ સમયની સાંકળ હતા.

શાસ્ત્રીજીને સમયપાલન, વ્યવહારિકતા અને આતિથ્યભાવના જેવા ગુણો માટે યાદ કરવામાં આવે છે. તેમની પાસે જનારી વ્યક્તિ ક્યારેય દુઃખી કે નિરાશ થઈને પરત ફરતી નહોતી. દરેકને તેમને ત્યાં આવકાર મળતો અને એમને મળ્યા પછી સૌને સકારાત્મકતાનો અનુભવ થતો. તેમને ક્યારેય પોતાના અને બીજાઓ વચ્ચે નાનામોટાનું અંતર ઊભું થવા દીધું નહોતું. જો આવું અંતર હોય તો લોકો લઘુતાગ્રંથિ અનુભવે. તેઓ અત્યંત મિલનસાર સ્વભાવના હતા અને દરેક સાથે કોઈ પણ મુદ્દા ઉપર સ્વાભાવિકતાથી વાત કરી શકતા હતા.

પોતાની જીવનજરૂરિયાતો અને ઇચ્છાઓને મર્યાદિત રાખવાને કારણે લાલ બહાદુર શાસ્ત્રી ઓછા સાધનોમાં પણ સાર્થક જીવન જીવવામાં વિશ્વાસ ધરાવતા હતા. તેઓ પોતાની શક્તિ પ્રમાણે જાતને અનુકૂળ કરી લેતા હતા. પોતાની પાસે વધારાની ચીજવસ્તુઓ હોય તો જરૂરિયાતમંદ લોકોને આપી દેતા. દેખાડો કરવાનું તેમને ગમતું નહીં. હા, તેમને ભારતીયતા માટે ગૌરવ હતું.

મારું દૃઢપણે માનવું છે કે આજની પેઢી આ મહાન વ્યક્તિના જીવનમાંથી ઘણુંબધું શીખી શકે છે.

ઉચ્ચ મૂલ્યો ધરાવતી આવી વ્યક્તિમાંથી પ્રેરણા લઈને આ પુસ્તકને ત્રણ વિભાગમાં વહેંચવામાં આવ્યું છે. એ મૂલ્યો અને સિદ્ધાંતોઃ જે આપણને વ્યક્તિગત રીતે, પરસ્પર અને સામાજિક રીતે પ્રેરણા આપે છે. આ યાદગાર પ્રસંગોમાંની પ્રત્યેક સ્મૃતિ વિચારપ્રેરક અને

પ્રેરણાદાયક છે. એને જો આપણે આપણા જીવનમાં ઉતારીએ તો આપણને આપણા વ્યક્તિત્વનો સંપૂર્ણ વિકાસ કરવામાં મદદ મળી શકે.

પવન ચૌધરી

વ્યક્તિગત રીતે આપણને પ્રેરણા આપતા સિદ્ધાંતો

તમારી માન્યતાઓ તમારો વિચાર બની જાય છે,
તમારા વિચાર, તમારા શબ્દો બની જાય છે, તમારા
શબ્દો તમારું કાર્ય બની જાય છે, તમારું કાર્ય તમારી ટેવ
બની જાય છે, તમારી ટેવ તમારું ચારિત્ર્ય બની જાય છે,
તમારું ચારિત્ર્ય તમારી નિયતિ બની જાય છે.

—મહાત્મા ગાંધી

લાલ બહાદુર શાસ્ત્રી પવિત્ર મૂલ્યો અને સિદ્ધાંતનિષ્ઠ વ્યક્તિ હતા. આ મૂલ્યો સાથે જીવનપર્યંત દઢતાથી જોડાયેલા રહ્યા. કસોટીના કાળમાં પણ ક્યારેય તેમના પગ ડગમગ્યા નહીં કે ક્યારેય તેમને કોઈ બાબતે બાંધછોડ કરી નહી. મર્યાદિત સાધનોમાં જીવન વિતાવવાની વાત હોય કે પછી કોઈની પાસે વિશેષ વ્યવહારની અપેક્ષા હોય; દરેક જણ સાથે તેઓ સમાનતાથી વ્યવહાર કરતા. એક પરિવારની વ્યક્તિ તરીકે અને પિતાની ભૂમિકામાં પોતાના કર્તવ્યોનું પાલન કરવાનું તેમનું વર્તન અત્યંત અનુકરણીય હતું.

આ વિભાગમાં શાસ્ત્રીજીનાં એ વ્યક્તિગત મૂલ્યોને કેન્દ્રમાં રખાયાં છે જે તેમને 'યુગ નેતા' સિદ્ધ કરે છે.

માળીની શિખામણ

(સમયગાળો ૧૯૧૦ની આસપાસનો)

આ ઘટના એ દિવસોની છે જ્યારે લાલ બહાદુર શાસ્ત્રી ઘણા નાના, માત્ર છ વર્ષના હતા. એક વખત તેઓ પોતાના મિત્રો સાથે એક બગીચામાં ફરવા ગયા. બગીચામાં ગયા પછી તેમના મિત્રો તો

ઝાડ પર ચડી ગયા, પરંતુ શાસ્ત્રીજીએ નીચે જ રોકાવાનો નિર્ણય કર્યો. બગીચામાં રંગબેરંગી અને સુંદર ફૂલો જોઈને તેમનું મન મોહિત થયું. આમેય તેમને તો પહેલેથી જ ફૂલો ખૂબ જ ગમતાં. એમનો ફૂલ પ્રત્યેનો પ્રેમ લાલચમાં પરિણમ્યો અને લલચાઇને તેમણે ફૂલના ક્યારામાંથી ગુલાબનું એક ફૂલ તોડ્યું. એ જ સમયે ત્યાં બગીચાનો માળી આવ્યો. જેવો માળી આવ્યો કે બીજા છોકરાઓ ઝાડ પરથી ઉતરીને ભાગી ગયા, પરંતુ માળીએ શાસ્ત્રીજીને પકડી લીધા.

માળીને લાગ્યું કે શાસ્ત્રીજી કદાચ ફૂલોની ચોરી કરતા હતા. તેણે એમને મોટા અવાજમાં ઠપકો આપ્યો. માળીના ઠપકાથી શાસ્ત્રીજી રડવા લાગ્યા. રડતાં રડતાં શાસ્ત્રીજીએ માળીને કહ્યું, “મને આવી રીતે વઢશો નહીં. મારા પિતાજી નથી. હું દોઢ વર્ષનો હતો ત્યારે જ મારા પિતાનું અવસાન થયું હતું.” આ સાંભળીને માળીને એમની પર દયા આવી. થોડી સહાનુભૂતિ સાથે છતાં સ્પષ્ટ શબ્દોમાં તેમણે શાસ્ત્રીજીને કહ્યું, “બેટા, જો એવું હોય તો તો તારે વધારે સારી રીતે વર્તનવ્યવહાર કરતાં શીખવું જોઈએ. ખેર, હવે તું મારી એક વાત ધ્યાનથી સાંભળ. હવે પછી જીવનમાં ક્યારેય કોઈ પણ ચીજ એના માલિકની પરવાનગી વગર લેતો નહીં. બરાબર ને ?” માળીના શબ્દોની શાસ્ત્રીજીના બાળમાનસ પર એટલી ઊંડી અસર થઈ કે એમણે માળીને વચન આપ્યું કે પોતે આ વાત કાયમ માટે યાદ રાખશે અને ભવિષ્યમાં આવી ભૂલ બીજી વખત નહીં કરે.

શાસ્ત્રીજીને માત્ર માળીને નહીં, પરંતુ એની શિખામણને પણ હંમેશ માટે યાદ રાખી. ભારતના પ્રધાનમંત્રી બન્યા પછી જ્યારે તેઓ બનારસની મુલાકાત ગયા, ત્યારે બાળપણમાં મળેલા માળીને અચૂક મળવા ગયા હતા. માળીએ પોતાને શૈશવમાં આપેલી અમૂલ્ય શીખ માટે આભાર માન્યો હતો.

બુદ્ધિસાર:

માળીના શબ્દો શાસ્ત્રીજીના અંતરમાં કોતરાઈ ગયા હતા. તેમણે અનુભવ્યું કે જીવનમાં આગળ વધવા માટે વ્યક્તિએ પોતાના માતા-પિતાના સહારાની કે પછી કોઈની મહેરબાની કે સહાનુભૂતિની આશા ના રાખવી જોઈએ. દરેક પોતાના પ્રયાસોથી જ શિખર સુધી પહોંચવું જોઈએ.

લાલ બહાદુર શાસ્ત્રી એ પણ શીખ્યા કે જ્યારે તમે ઉત્તમ મૂલ્યોની સાથે જીવન જીવો છો, ત્યારે તમારી સારપથી શક્તિનું સર્જન થાય છે અને એ શક્તિ પડકારની ક્ષણોમાં તમારું કવચ બની જાય છે. જે તમારા જીવનનો સહારો બનીને તમને આગળ વધવા માટે મજબૂતી પ્રદાન કરે છે.

અહીં સમાજના વંચિત વર્ગ (સૌંદર્ય, આર્થિક પરિસ્થિતિ અથવા પરિવારના સમર્થનથી વંચિત) માટે પણ એક મહત્ત્વપૂર્ણ સંદેશ છે: સમાજમાં સન્માન મેળવવા માટે ગરિમાપૂર્ણ વર્તણૂંક ખૂબ જરૂરી છે.

શાળામાં કઠોર પરિશ્રમ

(સમયગાળો ૧૯૧૨ની આસપાસનો)

વિદ્યાર્થીકાળમાં શાસ્ત્રીજીની આર્થિક સ્થિતિ અત્યંત નબળી હતી. એટલી બધી નબળી કે તેમની પાસે પાઠ્ય પુસ્તકો ખરીદવાના પણ પૈસા નહોતા. તેઓ પોતાના મિત્રો પાસેથી ઉછીનાં પાઠ્ય પુસ્તકો લઈને વાંચી લેતા કારણ કે તેમને ભણવાની ધૂન લાગી હતી. એક વાર એમના અંગ્રેજીના શિક્ષકે 'ઇંગ્લિશ રીડર' નામનું પુસ્તક લાવીને

તેમાંથી બે પાઠ તૈયાર કરીને આવવાનું કહ્યું. બીજા દિવસે તેઓ એમાંથી જ વિદ્યાર્થીઓને પ્રશ્ન પૂછવાના હતા.

શાસ્ત્રીજી પાસે તો પોતાનું પુસ્તક નહોતું એટલે એમણે થોડા કલાકો માટે મિત્ર પાસેથી 'ઇંગ્લિશ રીડર' પુસ્તક માગ્યું. શાસ્ત્રીજીને પુસ્તક આપવામાં મિત્રને થોડો ખચકાટ તો થયો, પરંતુ પોતાના મિત્રની દયાનીય સ્થિતિ જોઈને થોડા કલાકો માટે તેં પોતાનું પુસ્તક શાસ્ત્રીજીને આપવા તૈયાર થયો.

લાલ બહાદુર શાસ્ત્રીએ આખી રાત જાગીને મહેનત કરીને

'ઇંગ્લિશ રીડર' પુસ્તકને પોતાની નોટમાં ઉતારી લીધું અને પુસ્તક મિત્રને પાછું આપી દીધું. એ પછી એમણે શિક્ષકે તૈયાર કરવા આપેલા બે પાઠનો પૂરેપૂરો અભ્યાસ કરી લીધો. બીજા દિવસે તેઓ સંપૂર્ણ વિશ્વાસ સાથે પોતાના શિક્ષકના પ્રશ્નોના જવાબ આપવા માટે તૈયાર હતા. વર્ગમાં શિક્ષકે શાસ્ત્રીજીને સવાલ પૂછ્યો, શાસ્ત્રીજીએ આપેલા જવાબથી શિક્ષક પ્રભાવિત થયા, પરંતુ શાસ્ત્રીજી વર્ગમાં પુસ્તક લીધા વિના આવ્યા છે એ જાણીને શાસ્ત્રીજી પર નારાજ પણ થયા. શાસ્ત્રીજી પુસ્તક ન લાવી શકવાનું હજી કારણ કહે તે પહેલાં તો શિક્ષકે તેમને નેતરની સોટી ફટકારી.

જોકે શાસ્ત્રીજીએ એક હરફ સુધ્ધા ઉચાર્યો નહીં.

છેવટે તેમના મિત્રોએ શિક્ષકને જણાવ્યું કે, લાલ બહાદુર શાસ્ત્રી અત્યંત ગરીબ પરિવારમાંથી આવે છે અને તેઓ પોતાનાં પાઠ્ય પુસ્તકો પણ ખરીદી શકતા નથી. આ સાંભળીને પોતે સાચું કારણ જાણ્યા વગર જ શાસ્ત્રીજી સજા કરી તે માટે શિક્ષકને પસ્તાવો થયો. શિક્ષકે એ જ સમયે પોતાના વર્તન માટે લાલ બહાદુર શાસ્ત્રીની માફી માગી અને એમને પોતાની સાથે ઘરે લઈ ગયા. એ દિવસથી એ શિક્ષક એમની સાથે પિતાવત વ્યવહાર કરવા લાગ્યા.

બુદ્ધિસાર:

મહાપુરુષ કોઈ પણ શિખર પર આસાનીથી નથી પહોંચતા. અલબત્ત, જ્યારે એમના સાથીદારો ઊંઘી રહ્યા હોય છે ત્યારે તેઓ રાતે કઠોર પરિશ્રમ કરતા હોય છે જેથી તેઓ આગળ વધી શકે.

– હેનરી વર્ડ્સવર્થ લાંગફેલો

આ ઘટના ઈ. સ. ૧૯૧૨ના સમય દરમિયાનની છે. આજે એકસો ચાર વર્ષ પછી પણ સફળતાનો મૂળમંત્ર આ જ છેઃ "તમારી સામે કેટલાય અભાવો કેમ ના હોય, પરિણામ હાંસલ કરવા માટે તમારે આકરી મહેનત કરવી જ પડશે."

કેરી વેચતો ફેરિયો

(સમયગાળો ૧૯૧૬ની આસપાસનો)

એક દિવસ લાલ બહાદુર શાસ્ત્રી અને એમના મામા, જેમને તેઓ લલ્લન મામા કહીને બોલાવતા હતા, મિરજાપુર ગામમાં ફરવા નીકળ્યા હતા. એવામાં તેમણે એક વૃદ્ધ વ્યક્તિને માથે ટોપલો ઊપાડીને

પોતાની નજીકથી પસાર થતી જોઈ. લાલ બહાદુરએ એ વૃદ્ધ વ્યક્તિને ઊભી રાખીને પૂછ્યું, 'આ ટોપલામાં શું છે ? વૃદ્ધે કહ્યું એમાં કેરીઓ છે. એણે કહ્યું કે સાંજ પડવા આવી છે એટલે હવે મારે ઘરે જવું છે. આ મીઠી અને રસદાર કેરીઓમાંથી તમે કેટલીક કેરીઓ કેમ ખરીદતા નથી ? આમ તો ૧૦૦ (એક સો નંગ) કેરીઓ મેં દિવસ દરમિયાન બે આનામાં વેચી છે. હું તમને ૧૦૦ (એક સો નંગ) કેરીઓ માત્ર એક આનામાં આપી દઈશ.'

એ સમયે એક રૂપિયાના સોળ આના અને એક આનાના ચાર પૈસા ચલણમાં હતા.

લાલ બહાદુર અને લલ્લન મામા કેરીઓ ખરીદવા તૈયાર થઈ ગયા. બન્નેએ બે-બે પૈસા ભેગા કરીને એક આનો પેલી વૃદ્ધ વ્યક્તિને આપી દીધો. પેલી વ્યક્તિએ કેરીઓ ગણવાની શરૂઆત કરી. જ્યારે ગણતરી પચાસ સુધી પહોંચી ત્યારે લાલ બહાદુરે વૃદ્ધને રોકી લીધા અને કેરીઓ મુકવાની ના પાડી પેલી વ્યક્તિએ આશ્ચર્ય સાથે કહ્યું, 'બેટા તમે મને એક આનો આપ્યો છે. મારે તમને હજી પચાસ કેરીઓ આપવાની બાકી છે.' ખરું જોતાં અમારે પચાસ કેરીથી વધારે કેરીઓની જરૂર નથી અને અમે તેમને એની કિંમત ચૂકવી દીધી છે. તમારો ખૂબ ખૂબ આભાર.' પેલા વૃદ્ધને પોતાની આંખો પર ભરોસો નહોતો બેસતો એ આ હકીકત છે કે સ્વપ્ન ! તે લાલ બહાદુરને જોતો જ રહ્યો. પોતાના ચહેરા પર અવઢવ અને અવિશ્વાસના ભાવ સાથે એણે બાકી રહેલી કેરીઓનો ટોપલો પોતાના માથા ઉપર મૂકીને ધીમે-ધીમે ત્યાંથી પોતાના રસ્તે ચાલવા માંડ્યું. એના ગયા પછી લલ્લન મામાએ ગુસ્સે થઈને શાસ્ત્રીજીને કહ્યું, "આ તે એકદમ મૂર્ખતાભર્યું વર્તન કર્યું છે. આપણે કિંમત તો એકસો (૧૦૦) કેરીઓની ચૂકવી છે, તો પછી તે માત્ર પચાસ કેરીઓ જ કેમ લીધી ?"

શાસ્ત્રીજીએ એમને સમજાવ્યા, "મામાજી, તમે યાદ હશે કે એ વૃદ્ધ વ્યક્તિએ કહ્યું હતું કે, એકસો નંગ કેરીઓ માત્ર એક આનામાં વેચશે, પરંતુ એની ખરી કિંમત એનાથી બમણી હતી. એટલે એની એવી પરિસ્થિતિનો ફાયદો ઉઠાવવાનું મને યોગ્ય ના લાગ્યું. આપણે એની કેરીઓની પૂરતી કિંમત જ ચૂકવવાની હતી, જે આપણે ચૂકવી દીધી. બીજી વાત એ કે આપણને પચાસ કેરીઓથી વધારે કેરીની જરૂર નહોતી."

બુદ્ધિસાર:

શાસ્ત્રીજીને ન્યાયપૂર્ણ વ્યવહારમાં હંમેશા આગળ રહેતા હતા. શોષણ કરી શકાય એવા લોકો સાથે મોટાભાગના લોકો જોડ-તોડ કરીને સોદાબાજી કરતા હોય છે. જેમનું સરળતાથી શાસ્ત્રીજીએ અસહાય વ્યક્તિના શોષણનો હંમેશા વિરોધ કર્યો, અને તેઓ અંગત અને બીનજરૂરી સંગ્રહના પણ બહુ વિરોધી હતા. માત્ર સસ્તામાં વસ્તુઓ મળતી હોવાથી એનો સંગ્રહ કરવાનો ?

શાકાહારનો સિદ્ધાંત

(સમયગાળો ૧૯૧૬ની આસપાસનો)

લાલ બહાદુર શાસ્ત્રીના મામા બિંદેશ્વરી પ્રસાદ સ્વાદિષ્ટ વાનગીઓના શોખીન હતા. ખાસ માંસાહારી ભોજન એમને પ્રિય હતું. એમણે મુગલસરાય વિસ્તારમાં આવેલા પોતાના ઘરમાં અનેક

પક્ષીઓ પાળ્યાં હતાં. જ્યારે તેમને માંસાહારી ભોજન ખાવાનું મન થતું ત્યારે તેઓ પાળેલાં પક્ષીમાંથી કોઈ એકની વાનગી બનાવી લેતા. એક દિવસ દુર્ભાગ્યવશ એક કબૂતર ઊડતું ઊડતું એમના ઘરની છત પર આવીને બેઠું. બિંદેશ્વરી પ્રસાદે શાસ્તરીજીને તે કબૂતરને પકડી લાવવા માટે કહ્યું. લાલ બહાદુર શાસ્ત્રીને ખબર હતી કે તેમના મામા આ કબૂતરને મારીને ખાઈ જશે, એટલે તેમણે મામા બિંદેશ્વરી પ્રસાદની વાત કાને ધરી નહીં. શાસ્ત્રીજી ચુસ્ત શાકાહારી હતા અને એ નહોતા ઈચ્છતા કે એમના મામાના આનંદ માટે કબૂતરને મારી નાખવામાં આવે.

લાલ બહાદુર શાસ્ત્રીના મામાએ જાણ્યું કે શાસ્ત્રીજી તેમના માટે કબૂતરને પકડીને લાવશે નહીં. મામાએ શાસ્ત્રીજીને ભરોસો આપતા કહ્યું કે તેઓ કબૂતરને મારશે નહીં. આ ભરોસા પર શાસ્ત્રીજી કબૂતરને પકડીને નીચે લઈ આવ્યા. જોકે એમના મામાએ એમનો ભરોસો તોડ્યો અને પોતાના ભોજન માટે કબૂતરને રાંધ્યું. લાલબહાદુર પોતાના મામાના આવા વર્તનથી બહુ જ ડરી ગયા અને થાંભલાની જેમ એક જગ્યાએ જડાઈ ગયા. જોકે તેઓ કંઈક કરવા માટે અસમર્થ હતા. આ ઘટનાથી એમને ઊંડો આઘાત લાગ્યો હતો. તેમણે પોતાના મામાના આવા વ્યવહારથી નારાજ થઇ ભૂખ હડતાલ કરી. માતા તથા પરિવારના અન્ય સભ્યોના મનાવવા છતાં તેઓ આખો દિવસ ભૂખ્યા રહ્યા. લાલબહાદુર શાસ્ત્રી પરિવારમાં સૌના પ્રિય હતા એટલે ઘરની મહિલાઓ પણ શાસ્ત્રીજીનો સાથ આપવા માટે ભૂખ હડતાલ પર ઉતરી અને જમવા માટે ના પાડી.

બીજા દિવસે પરિવારના બધા સભ્યોના સામૂહિક વિરોધની સામે મામાએ પોતાની જાતને અલગ પડતી જોઇ. તરત જ લાલબહાદુર શાસ્ત્રીના વિરોધની સામે પોતાના હથિયાર હેઠા મૂક્યાં, એટલું જ

નહીં મામાએ વચન આપ્યું કે હવે પછી તેઓ કોઇ પણ પક્ષીની હત્યા નહી કરે અને માંસાહારી ભોજનનો પણ ત્યાગ કરશે. આ સાંભળ્યા પછી લાલ બહાદુરે પોતાના ઉપવાસ છોડ્યા. મહત્વની વાત એ હતી કે આ વખતે મામાએ પોતાનું વચન નિભાવ્યું અને પોતાનું બાકીનું જીવન શાકાહારી બનીને વિતાવ્યું.

શાસ્ત્રીજીના જીવનનો આ પહેલો સફળ સત્યાગ્રહ હતો.

બુદ્ધિસાર:

લાલ બહાદુર શાસ્ત્રીએ પોતાના મામાને શાકાહારી બનાવવાની સાથે સાથે પોતે આપેલા વચનનું મહત્વ પણ સમજાવ્યું. એમના મામાના વિચાર આચારમાં વિરોધાભાસ હતો જે એમને પસંદ નહોતો. તેઓ પોતાના મામાની સામે લડવા માટે એકલા જ ઊભા થયા હતા, પરંતુ પરિવારની મહિલાઓ પણ ઝડપથી એમની સાથે જોડાઇ ગઇ. કારણ કે શાસ્ત્રીજી એક સારા ઉદ્દેશ માટે લડી રહ્યા હતા.

નેતા હંમેશા એક કેન્દ્રના રૂપમાં કામ કરતા હોય છે. જેની આસપાસ આંદોલન પોતાની જાતે આકાર લેતું હોય છે. એના માટે જરૂર હોય છે દઢ વિશ્વાસની . શરૂઆતમાં તે એકલો હોય છે, પરંતુ ધીમે ધીમે લોકોનો એક સમૂહ એના સદ્ભાવનાપૂર્ણ અભિયાનમાં જોડાઇ જાય છે.

ઉધારના પૈસા

(સમય : ૧૯૪૦ની આસપાસ)

એક વાર મારી માતા લલિતાબહેને મારા જન્મ પહેલાંની એક ઘટનાની વાત કરી હતી. એ સમય ૧૯૪૦નો હતો. જ્યારે મારી

મોટી બહેન કુસુમ છ વર્ષની હતી. એ દિવસોમાં શહેરમાં એક મેળાનું આયોજન થયું હતું.

મારી બહેનની ઇચ્છા હતી કે મારા પિતા એમને મેળામાં ફરવા લઇ જાય, જે એમણે શાસ્ત્રીજી આગળ વ્યક્ત પણ કરી. જોકે શાસ્ત્રીજી પાસે દીકરીને મેળામાં ફરવા લઇ જવાય એટલા પૈસા નહોતા. મારી માતાને આ વાતની જાણ થઇ ત્યારે એણે પોતાની બહેનપણી પાસેથી પચ્ચીસ રૂપિયા ઉછીના લીધા. દીકરી અને પતિ સાથે તેં મેળામાં ફરવા ગઇ . તેઓ સૌ મેળામાં ફર્યાં. એક દુકાનથી બીજી દુકાન એમ ઘણું ફર્યાં. મારા પિતાએ મારી માતાને કશી વસ્તુ ખરીદવા ન દીધી, એટલું જ નહીં મારી મોટી બહેન કુસુમને પણ વસ્તુ ખરીદવા માટે અનુમતિ ના આપી. મારી માતાને દુઃખ થયું કે મેળામાં આવીને પોતે કશું ખરીદી ન શક્યાં.

જ્યારે તેઓ મેળામાંથી પાછા આવી રહ્યાં હતાં ત્યારે લલિતા શાસ્ત્રી વ્યાકુળ અને નારાજ હતાં. મારા પિતા (શાસ્ત્રીજી) એમની નારાજગી જાણી ગયા અને કહ્યું " હું જાણુ છું કે તમે મારાથી નારાજ છો, કારણ કે મેળામાંથી તમારા માટે કશું જ ખરીદ્યું નથી. મેં આ નિર્ણય એટલા માટે લીધો હતો કે મેળામાં ફરવા આવવા માટે તમે તમારી બહેનપણી પાસેથી ઉછીના પૈસા લાવ્યાં હતાં. સાચુ કહું તો કોઇ બીજા પાસે ઉછીના પૈસા માગીને આપણી માટે વસ્તુ ખરીદીએ એ બાબત મને અયોગ્ય લાગી. આજ પછી તમારે એક વાત હંમેશા યાદ રાખવી જોઇએ કે જ્યાં સુધી કોઇ વસ્તુ ખરીદવાની આવશ્યક્તા ન હોય ત્યાં સુધી કોઇની પાસેથી ઉછીના પૈસા લેવા નહીં.

બસ ત્યારથી મારી માતાએ એક નિયમ બનાવ્યો કે ભલે ગમે તેટલી આવશ્યકતા હોય, જરૂરી હોય તો પણ તેઓ ક્યારેય કોઇની પણ પાસેથી ઉછીના પૈસા નહીં લે.

બુદ્ધિસાર:

શાસ્ત્રીજીના સમયમાં ઉધાર લેવું અયોગ્ય ગણાતું હતું, કારણ કે એ દિવસોમાં ઋણ- પ્રણાલિ પૂર્ણરૂપે વિકસી નહોતી. શાહુકાર પાસેથી ઉધાર લે તો વ્યક્તિઓનું તે શોષણ કરતા હતા. ક્યારેક તો લેણદારાઓ ગીરવે મૂકેલી સંપત્તિ પણ પચાવી પાડતા હતા.

શાસ્ત્રીજીનું એવું માનવું હતું કે વ્યક્તિએ સંપત્તિ, ઘર, શિક્ષણ તથા ફેક્ટરી (વ્યવસાય) જેવા સુનિશ્ચિત લાભ વાળા વ્યવસાય માટે જ ઉધાર લેવું જોઈએ, પાડોશીઓ કે પ્રતિસ્પર્ધા કે સામાજિક દેખાડા માટે પૈસા ઉછીના લેવા યોગ્ય નથી.

આજે વ્યાજે પૈસા (ધિરાણ) લેવાની વ્યવસ્થા સંપૂર્ણ રીતે વિકાસ પામી છે, અને અર્થવ્યવસ્થામાં પૈસાના પ્રસાર માટે ઉધારી નિશ્ચિત રીતે મદદરૂપ થાય છે, માગને પ્રોત્સાહન આપે છે. જો કે આનો અર્થ બિલકુલ એવો નથી કે દેખાડા માટે ખરીદી કરવી અને પોતાની શક્તિ (હેસિયત)થી વધારે આ સુવિધાનો લાભ લેવો.

લલિતાજીનું સમર્પણ અને ત્યાગ.

(સમય : ૧૯૪૦ની આસપાસ)

આ વાત એ દિવસોની છે જ્યારે મહાત્મા ગાંધીએ દેશના યુવાનોને ભારતના સ્વાધીનતા સંગ્રામમાં જોડવા હાકલ કરી હતી. દેશના હજારો- લાખો યુવાનો એમની હાકલ સાંભળીને દેશના સ્વતંત્રતા સંગ્રામમાં કૂદી પડ્યા હતા. ત્યારે માત્ર સત્તર વર્ષની ઉંમરના શાસ્ત્રીજી પણ આ આંદોલનમાં જોડાઇ ગયા હતા. એ સમય ગાળા પછીના વર્ષોમાં એમનું લગ્ન મારી માતા લલિતાજી સાથે થયું હતું.

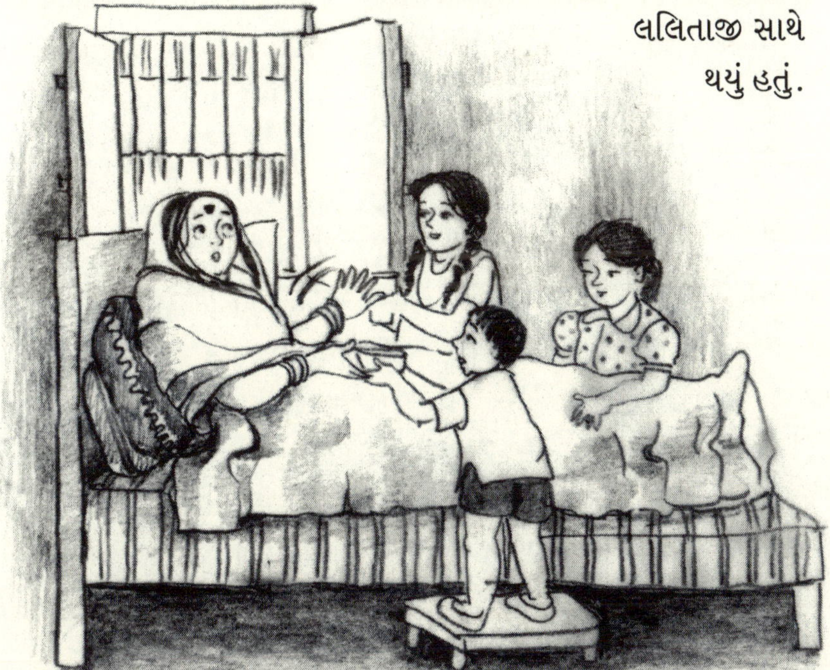

સ્વતંત્રતા સંગ્રામ દરમિયાન બીજા સ્વાતંત્ર્યસેનાનીઓની જેમ શાસ્ત્રીજીને પણ બ્રિટિશ પોલીસ દ્વારા કેટલીય વાર જેલમાં મોકલવામાં આવ્યા હતા. જેલમાં રહ્યા એ દરમિયાન એમને પોતાના પરિવારની ચિંતા રહેતી, વિશેષ તો મારાં માતાની ચિંતા રહેતી, તેમને પોતાનાં ત્રણ નાનાં સંતાનોની સંભાળ રાખવાની હતી.

તબિયતની કાળજી રાખવા માટે લાલ બહાદુર શાસ્ત્રીએ એમને પત્ર લખ્યો હતો કે એમણે રોજ એક ગ્લાસ દૂધ જરૂર પીવું જોઇએ. મારી માતા પાસે તો એટલા પૈસા પણ નહોતા કે તે બે ટંકના ભોજનની વ્યવસ્થા પણ કરી શકે, તો પોતાના માટે દરરોજ દૂધની સગવડ કરવી તો ઘણી દૂરની વાત છે.

મારી માતા એવું પણ નહોતી ઇચ્છતી કે શાસ્ત્રીજી દેશની સ્વતંત્રતા માટે સંઘર્ષ કરવાની સાથે પોતાના પરિવારની સમસ્યાઓથી ઘેરાયેલા રહે. એ તો એવું ઇચ્છતી હતી કે તેઓ પોતાના પરિવારની ચિંતા કરવાના બદલે વિશાળ પરિવાર અર્થાત પોતાના દેશની ચિંતા કરે. એ માટે માતાએ શાસ્ત્રીજીનું માન રાખવા માટે પોતે નાના ગ્લાસમાં દૂધ પીવાનો નિર્ણય કર્યો.

મારી માતાએ શાસ્ત્રીજીને પત્રમાં લખ્યું કે હું રોજ દૂધ પીવું છું એટલે તમારે મારા સ્વાસ્થ્યની ચિંતા કરવી જોઇએ નહીં. તમારે પૂરી પ્રતિબદ્ધતા તથા સમર્પણની સાથે અંગ્રેજોના વિરુદ્ધમાં ચાલતા આંદોલનમાં જોડાઇ રહેવું જોઇએ. શાસ્ત્રીજી જ્યારે જેલમાંથી છૂટીને પાછા આવ્યા ત્યારે એમને ખરી હકીકત સમજાઇ. મારી નાનીબહેને કહ્યું કે "મારી માતા નાનો ગ્લાસ ભરીને જ દૂધ પીતી હતી". ભારતની સ્વતંત્રતા માટે મારી માતાના મનમાં રહેલી સમર્પણ અને ત્યાગની ભાવના મારા પિતાના હૃદયમાં ઊંડે સુધી સ્પર્શી ગઇ. જ્યારે તેઓ ભારતના પ્રધાનમંત્રી બન્યા ત્યારે તેમણે હંમેશા પોતાની સફળતામાં પત્નીનાં બહુ મોટા યોગદાનની વાતને સ્વીકારતા હતા.

બુદ્ધિસારઃ

કેટલાંક જૂઠ સારા ઉદ્દેશ્ય માટે બોલાય છે, લલિતાજી દ્વારા પોતાના પતિને કુટુંબની ચિંતાઓ ભૂલાવી દેઈ એકાગ્રતાપૂર્વક ચિત લગાવી રાખવા માટે બોલાયુ હતુ.

પોતાની જરૂરિયાત મુજબ જીવવું

(સમય :- ૧૯૪૦ની આસપાસ)

સ્વતંત્રતા આંદોલન દરમિયાન લાલા લજપત રાયે ગરીબ

પરિવારોના સ્વાતંત્ર્યસેનાનીઓને આર્થિક મદદ આપવાના હેતુથી લોક સેવા મંડળ (સર્વેંટ્સ ઓફ પીપલ સોસાયટી)ની સ્થાપના કરી હતી. આર્થિક સહાયતા મેળવનારાઓમાંના એક લાલ બહાદુર શાસ્ત્રી પણ હતા. એ સમયે એમના પરિવારમાં એમનાં પત્ની એટલે કે મારી માતા લલિતા શાસ્ત્રી, મારી બે મોટી બહેનો કુસુમ તથા સુમન અને મારા મોટા ભાઈ હરિ વગેરે સભ્યો હતા. આ ત્રણ બાળકોનો જન્મ આઝાદી પહેલાં થયો હતો. મને અને મારા નાના ભાઈઓ સુનિલ અને અશોકને સ્વતંત્રતા મળ્યા પછી જન્મવાનું સદ્‌ભાગ્ય પ્રાપ્ત થયું હતુ. એ સમયે શાસ્ત્રીજી ઉત્તર પ્રદેશના મંત્રી હતા.

ઘર ખર્ચ પૂરો કરવા માટે મારા પિતાજીને લોકસેવા મંડળમાંથી દર મહિને પચાસ રૂપિયા મળતા હતા. તેઓ જ્યારે જેલમાં હતા ત્યારે તેઓ સતત પોતાના પરિવારની ચિંતા કર્યા કરતા. તેમને એટલી ચિંતા રહેતી કે મારી માતાને પત્ર લખીને પૂછ્યું હતું કે " તેમને સંસ્થા તરફથી પચાસ રૂપિયાની મદદ નિયમિત મળે છે કે નહીં ? એ રકમમાં ઘર ખર્ચને પહોંચી વળવા પૂરતી છે ?"

લલિતા શાસ્ત્રીએ એમને જવાબ લખ્યો કે "અમને સંસ્થા તરફથી દર મહિને રકમ મળે છે. ઘર ચલાવવા માટે મળતી પચાસ રૂપિયા જરૂરિયાતથી ઘણા વધારે છે". અમારો ખર્ચ તો ચાલીસ રૂપિયામાં જ પૂરો થઇ જાય છે, અને હું દર મહિને દસ રૂપિયાની બચત કરું છું. આ જવાબ વાંચીને શાસ્ત્રીજીએ તરત જ લોક સેવા મંડળ સંસ્થાને કાગળ લખ્યો કે " મારા પરિવારનો ખર્ચ તો ચાલીસ રૂપિયામાં જ થઇ જાય છે. અમને મળતી આર્થિક સહાયતા ઘટાડીને ચાલીસ રૂપિયા કરવી અને બચેલા દસ રૂપિયા કોઇ અન્ય જરૂરિયાતમંદ સ્વાતંત્ર્યસેનાનીને આપવા".

બુદ્ધિસાર:

શાસ્ત્રીજી પોતાને મળતી રકમમાંથી પોતાની જરૂરિયાત સંતોષવામાં માનતા હતા. તેઓ ઉપલબ્ધ રકમનું યોગ્ય વિતરણ થાય એવું પણ માનતા. જ્યારે એમને ખબર પડી કે એમના પરિવાર પાસે કેટલીક રકમ બચે છે, તો એ પૈસા તેમણે જરૂરિયાતમંદ વ્યક્તિને મળે એવું વિચાર્યું.

આજે ઉચ્ચ પદ પર બેઠેલા શક્તિશાળી લોકો બીજાના હક છીનવીને તમામ સુવિધાઓ સગવડ ભોગવવાની લાલસા ધરાવે છે.

પરંપરા સામે સાહસ, પરંપરા તોડવાનું સાહસ

(સમય :- ૧૯૪૦ની આસપાસ)

શાસ્ત્રીજીના યુવાન પત્નીના રૂપમાં મારાં માતા લલિતા શાસ્ત્રી

પણ પોતાની રીતે સ્વાધીનતા સંગ્રામમાં કૂદી પડ્યાં. તેમણે પોતાની ઉંમરની કેટલીક મહિલાઓને એકત્રિત કરી. તેમને આજુબાજુના લોકોને ભારત છોડો આંદોલન માટે જાગૃત કરવા માટે પ્રોત્સાહિત કરી. આ મહિલાઓ મહાત્મા ગાંધી તથા અન્ય વરિષ્ઠ નેતાઓએ કહેલી વાતો લોકો સમક્ષ મૂકતી હતી.

એ જ દિવસોમાં મહાત્મા ગાંધીએ સ્વદેશી આંદોલનનું આહ્‌વાન કર્યું. જેનો પડઘો સમગ્ર દેશમાં સાંભળવા મળ્યો. ગાંધીજીએ પ્રજાને વિદેશી વસ્તુઓનો બહિષ્કાર કરવા માટે અપીલ કરી. એક દિવસ લલિતા શાસ્ત્રી પોતાની યુવાન મહિલા ટીમની સાથે આજુબાજુ ફરી રહ્યાં હતાં. ત્યાં એમણે વિદેશી માલ-સામાન વેચતી દુકાન જોઇ. લલિતા શાસ્ત્રીએ દુકાનદારને વિનંતી કરી કે તે વિદેશી સામાન વેચવાનું બંધ કરે. લલિતાજીની વાત સાંભળી દુકાનદારે કહ્યું કે "તમે જે બંગડીઓ પહેરી છે એ પણ વિદેશી જ છે. એણે એમ પણ કહ્યું કે એ વિદેશી સામાન વેચવાનું બંધ કરશે, પરંતુ એક શરત છે કે તમારે આ વિદેશી બંગડીઓ ઊતારવી પડશે. આ સાંભળી લલિતા શાસ્ત્રી મૂંઝવણમાં મૂકાયાં, કારણ કે ભારતમાં તો પરિણીત મહિલાઓ માટે બંગડીઓ પહેરવી સૌભાગ્યનું પ્રતીક ગણાય. એમના માટે તો આ એક અનિવાર્ય પરંપરા. આ સ્થિતિમાં એમની સામે આવેલા ધર્મ સંકટમાંથી નિકળવાનો કોઇ માર્ગ એમને સૂઝતો નહોતો. જો કે થોડી જ વારમાં એમણે સાહસ દાખવ્યું અને દેશ સેવા માટે અંધવિશ્વાસથી ભરેલી એ પરંપરાને તોડી પોતે પહેરેલી બંગડીઓ ઊતારી નાખી. બંગડીઓ દુકાનદાર સામે ધરીને કહ્યું હવે તમે તમારી દુકાનમાંથી વિદેશી વસ્તુઓને દૂર કરો.

લલિતાજીની સાથે લગભગ વીસ મહિલા સાથીદારોએ પરદેશી વસ્તુઓના બહિષ્કાર માટેના સૂત્રો પોકારવાં શરૂ કર્યાં છેવટે મજબૂર

થઈને દુકાનદારે એમને ખાતરી આપી કે

તેઓ હવે પછી ક્યારેય વિદેશી સામાન વેચશે નહીં.

આવી કઠિન પરિસ્થિતિમાંથી નિવેડો લાવવા દ્રઢ સંકલ્પ અને ધીરજ બતાવવીએ મારી માતા માટે બહુ મોટી ઉપલબ્ધિ હતી, સિદ્ધિ હતી. જ્યારે શાસ્ત્રીજીએ આ ઘટના અંગે જાણ્યું તો એમણે મારી માતાનાં વખાણ કર્યાં અને એમને પ્રોત્સાહિત કરતાં કહ્યું , "તમારે સ્વાધીનતા સંગ્રામમાં હજી પણ જોશ અને જુસ્સા સાથે ભાગ લેવો જોઈએ."

લલિતાજીના સાહસી વ્યક્તિત્વના પાસાંને આ કિસ્સો ઉજાગર કરે છે. એમની પ્રવૃતિઓ તથા વીરતાભર્યા કાર્યોએ શાસ્ત્રીજીને અદ્‌ભૂત શક્તિ પ્રદાન કરી હતી. શાસ્ત્રીજીએ પોતાની સફળતામાં હંમેશા પત્નીના યોગદાનનો સ્વીકાર કર્યો હતો. શાસ્ત્રીજી જે કાંઈ કાર્ય કરતા એમાં લલિતાજીએ ક્યારેય વાંધો ન ઉઠાવ્યો, હસ્તક્ષેપ ના કર્યો, બલકે, તેઓ એમનો મજબૂત સહારો બનીને એમની સાથે ઊભાં રહ્યાં.

બુદ્ધિસાર:

સામાન્ય રીતે મહિલાઓ પુરૂષો કરતા વધારે સાહસિક હોય છે. જ્યારે એમનો ઉછેર મુક્ત વાતાવરણમાં કરવામાં આવે છે ત્યારે તે પોતાના જીવનના નિયમો જાતે જ બનાવે છે.

લલિતા શાસ્ત્રીને શાસ્ત્રીજીએ આવું જ મોકળું વાતાવરણ આપ્યું હતું. એટલે જ જ્યારે પરીક્ષાનો સમય આવ્યો ત્યારે એમણે અંધવિશ્વાસને પોતાની પાસે પણ ફરકવા દીધો નહી કે બંગડીઓ કાઢવાથી પોતાના પતિનું અહિત

થશે. તેઓ જે સિદ્ધાંતો માટે લડી રહ્યાં હતાં એના માટે મક્કમ રહ્યાં અને પરંપરા તોડી. તેમણે એ ભયમાંથી પણ મુક્તિ મેળવી લીધી, જે એ સમયની મહિલાઓ હોવાને કારણે એમનામાં જન્મ્યો હોત.

નૈતિકતા તથા નિઃસ્વાર્થ જીવન.

(સમય : ૧૯૫૬ ની આસપાસ)

ભારતમાં એક સાર્વજનિક વ્યક્તિ એટલે કે મોટી હસ્તીના રૂપમાં જીવન વિતાવવું એ તલવારની ધાર પર ચાલવા જેવું કઠિન હોય છે. હું જ્યારે સાત વર્ષનો હતો ત્યારનો એક કિસ્સો છે. ત્યારે તમિલનાડુ એ સમયે મદ્રાસનો જ એક ભાગ હતું. (આજનું ચેન્નાઈ). ત્યાં એક રેલવે અકસ્માત થયો. શાસ્ત્રીજીએ નૈતિકતાને કારણે આ દુર્ઘટનાની જવાબદારી

પોતાના શિરે લીધી અને રેલવેમંત્રી પદ પરથી રાજીનામું આપવાનો નિર્ણય કર્યો. તેઓ

પંડિત નેહરૂને પોતાનું રાજીનામુ આપવા ગયા ત્યારે એક સરકારી કારમાં ગયા હતા, પરંતુ ત્યાથી સાર્વજનિક વાહનમાં પરત ફર્યા હતા. કારણ કે એમની નૈતિકતા માટે આ જ યોગ્ય હતું. તેમણે રાજીનામુ આપ્યું એટલે એમના સુરક્ષા ગાર્ડ ને હટાવી લેવાયા હતા. અમારે એક મોતીલાલ નહેરૂ (તત્કાલીન ૧, યોર્ક પ્લેસ) પ્લેસથી સીધા જ ૧૬, ક્વિન વિક્ટોરીયા રોડ, જે આજે ડૉ. રાજેન્દ્રપ્રસાદ રોડના નામે ઓળખાય છે ત્યાં રહેવા જવું પડ્યું. જે અપેક્ષા કરતા નાનું મકાન હતું. શાસ્ત્રીજીના વેતનની રકમ પણ એકદમ ઓછી થઇ ગઇ હતી કારણ કે તેઓ હવે મંત્રીપદે નહોતા.

એક દિવસ તેમણે મને પૂછ્યું કે હવે હું મંત્રી નથી તો તને ખરાબ નથી લાગતું ને ? આ સવાલનો જવાબ આપતા મેં કહ્યું કે એવું કાંઇ નથી, પરંતુ હવે પહેલાં કરતાં પરિવાર સાથે તમે વધારે સમય વ્યતીત કરી શકશો. મને એવું લાગતું હતું કે મંત્રી પદ છોડવાથી એમની વ્યસ્તતા થોડી ઓછી થશે. અલબત્ત, દુર્ભાગ્યવશ એવુ થયું નહીં. મારા પિતાજી કાર્યાલય છોડ્યા પછી વધારે વ્યસ્ત રહેવા લાગ્યા. બીજી તરફ ચૂંટણી નજીક આવી રહી હતી. પંડિત નેહરૂએ એમને સંગઠનાત્મકની જવાબદારી સોંપી દીધી હતી.દેશભરના પ્રવાસથી એમનો સમય અને વ્યસ્તતા પહેલા કરતાં વધારે વધી ગયાં હતાં. મને બરાબર યાદ છે અમે ફરિયાદ કરવા છતાંય ક્યારેક આખે આખું અઠવાડિયું કે દસ-દસ દિવસ સુધી અમે મળી શકતા નહોતા. ૧૧ જાન્યુઆરી, ૧૯૬૬ માં તાશકંદમાં એમણે છેલ્લા શ્વાસ લીધા ત્યાં સુધી એમનું કાર્ય અવિરત ચાલું રહ્યું હતું.

જ્યારે પણ હું જીવનમાં પાછળ નજર કરું છું ત્યારે મને ન ઉકેલાયા આ પ્રશ્નના ઉત્તર માટે પૂછ્યું હતું કે “ મારા રાજીનામા પછી તમને કેવું લાગે છે.” મારા માનવા મુજબ આ પ્રશ્ન પૂછવા

પાછળનાં કારણો કદાચ આવાં હોઈ શકે.

૧. તેઓ પોતે અત્યંત કપરા સમયમાંથી પસાર થયા હતા એટલે કે કદાચ એવું ઇચ્છતા હતા કે પોતાનાં બાળકો તો સુખી જીવન જીવી શકે.

૨. એમણે નવેમ્બર મહિનામાં રાજીનામું આપ્યું હતું. આગળના કેટલાક મહિનામાં અતિશય ઠંડી પડવાની હતી. કડકડતી ઠંડીમાં અમને રૂમમાં હિટર વાપરવાની મનાઈ કરી હતી, કારણ કે વીજળીની બચત થાય.

૩. મને બીજું કારણ એવું લાગે છે કે તેઓ પરીક્ષા લેવા માગતા હતા કે એમના બાળકો પ્રતિકૂળ પરિસ્થિતિમાં રહી શકે છે કે નહીં? ત્રીજું કારણ એ હોવું જોઈએ કે એમને લોકોને ભૌતિક સુવિધા પૂરી પાડવાની ચિંતા હતી. હું આવું એટલા માટે કહી રહ્યો છું કે અમારા ઘરે મહેમાન કે મુલાકાતી એમને મળવા આવતા તો એમને આરામદાયક સગવડ માટે તેઓ બનતો પ્રયત્ન કરતા. તેઓ મહેમાનને શું ભાવે છે તે પૂછી લેતા. મારી માતાને એ બનાવવા માટે કહેતા. જે ખંડમાં, ઓરડામાં મહેમાનનો ઉતારો હોય એ ઓરડાની વ્યવસ્થા બરાબર છે કે નહીં તે જાતે જ જોઈ લેતા.

મને એ પણ યાદ છે કે જ્યારે મારી બીજી બહેનનું લગ્ન થવાનું હતું ત્યારે વર પક્ષના લોકોની ઇચ્છા હતી કે લગ્ન પ્રસંગમાં માંસાહારી ભોજન પીરસાય. જાન ઇલાહાબાદથી આવી રહી હતી એટલે એમના રહેવા- જમવાની વ્યવસ્થા અમારે જ કરવાની હતી. અમારા નિવાસ સ્થાન, ૧, મોતીલાલ નહેરૂ પ્લેસ પર જાનૈયાઓના સ્વાગતમાં માંસાહારી ભોજન બને એવું શાસ્ત્રીજી ઇચ્છતા નહોતા કારણ કે તેઓ પોતે ચુસ્ત શાકહારી હતા. આમ છતાંય તેમણે જાનૈયાનો ઉતારો જ્યાં હતો ત્યાં જાનૈયાઓની ઇચ્છાનુસાર ભોજનની વ્યવસ્થા કરી હતી.

બુદ્ધિસાર:

લાલ બહાદુર શાસ્ત્રી એક અનુભવી અને કોઠાસૂઝ ધરાવતી વ્યક્તિ હતા. પોતાના મંત્રીપદ પરથી રાજીનામું આપ્યા પછી તેઓ ઘોડાગાડીમાં પાછા ફરીને એક દાખલો બેસાડવા માગતા હતા. છતાં પોતાના મનમાં એવું નહોતા માનતા કે બાકીના બધા લોકો એમના જેવા જ છે. તેઓ બીજા પોતાની મરજી અનુસાર કામ કરવા માટે તક આપતા હતા. જેમ કે એમના રાજીનામાં પછી એક નાનકડા ઘરમાં રહેવામાં પોતાના પુત્રને સુવિધા, અનુકૂળતા વિશે પૂછતા કે પછી તેમણે જાનૈયાઓ માટે માંસાહારી ભોજનની વ્યવસ્થા કરાવીને પોતાના વ્યવહારમાં બાંધછોડની ભાવના પણ દર્શાવી હતી.

સંગઠનાત્મક કૌશલ્ય

(સમય :- ૧૯૫૬ની આસપાસ)

સામાન્ય રીતે લાલ બહાદુર શાસ્ત્રી પોતાનાં રોજનાં કાર્યો ભૂલતા નહીં. મેનેજમેન્ટ માટે એમણે કોઇ અભ્યાસ કર્યો નહોતો, પરંતુ પોતાનાં કાર્યોને વ્યવસ્થિત રાખવામાં તેઓ નિપૂણ હતા.

શાસ્ત્રીજી કાગળના એક ટુકડા પર રોજ રોજ આવશ્યક મુદ્દા લખતા તથા વિષયની નોંધ રાખતા. એ ટુકડો પોતાના ખિસ્સામાં રાખતા હતા. રાત્રે સૂતાં પહેલા તેઓ આ ટુકડાઓમાં નોંધાયેલાં કાર્યો વાંચતા. જે કાર્યો થઇ ગયાં હોય તેને છેકી નાખતા. બાકી રહી ગયેલાં કાર્યોને તેઓ પોતાની લાલ રંગની ડાયરીમાં લખતા હતા જેથી આગલા દિવસે એ પૂરા કરી શકાય. આ રીતે તેઓ સંપૂર્ણપણે એવું સુનિશ્ચિત કરી લેતા હતા કે આવશ્યક અને અપેક્ષિત કાર્યોને તેઓ ભૂલી ન જઇ શકે.

બુદ્ધિસાર:

પોતાની કાર્યક્ષમતા વધારવામાં મદદરૂપ નાના - નાના સાધનોના ઉપયોગ વિશે જાણકારી મેળવવા માટે વ્યવસ્થાપન (મેનેજમેન્ટ)માં કોઇ પણ પ્રકારની ઔપચારિક તાલીમ લેવાની આવશ્યક્તા નથી હોતી. જે સાધનોનો અહીં ઉલ્લેખ કરવામાં આવ્યો છે એમાનું એક

છે, "કરવાનાં કામોની યાદી" બનાવવી. મેં જોયું છે કે સફળ થનારી કેટલીક વ્યક્તિઓ પોતાના ખિસ્સામાં આવી યાદી રાખે છે. આપણી યાદદાસ્ત ગમે તેટલી તીવ્ર હોય, છતાં એક-બે ચીજો રહી જવાની સંભાવના કાયમ રહે છે. આ પ્રકારે લખેલી યાદીનો લાભ એ છે કે એ તમારી કુશળતા વધારે છે. પોતાની પ્રતિબદ્ધતા સાબિત કરવામાં અને પ્રાથમિકતા અનુસાર કાર્યોને પૂરાં કરવામાં તે આપણી મદદ કરે છે.

સાદો પોશાક, સાદગી ભર્યો પહેરવેશ

(સમયઃ- ૧૯૬૦ની આસપાસ)

મહત્વપૂર્ણ પ્રસંગોએ અને ઠંડીના દિવસોમાં શાસ્ત્રીજી પોતાનો ખાદીનો ગરમ કોટ જ પહેરતા, આદત હોવાને કારણે. જ્યારે અન્ય

મંત્રીઓ મોંઘાદાટ સિલ્કનાં તથા અન્ય કાપડનાં વૈભવી મટિરિયલ્સ (સામગ્રી)થી બનેલાં કપડા પહેરતા હતા. અમારા પરિવારમાં ખાસ મારી મોટી બહેને એક વાર એમના માટે કાળા રંગનો પશ્ચિમનો કોટ સીવડાવ્યો અને શાસ્ત્રીજીને વિનંતી કરી કે એક મંત્રી હોવાના નાતે તેઓ કિંમતી કપડાં પહેરે. તેમણે શાસ્ત્રીજીને કિંમતી કપડાં પહેરવા માટે મનાવવા પ્રયત્ન કર્યો. શાસ્ત્રીજી મારી બહેનની વાત સાથે સહમત ન થયા અને તેમણે પોતાનો જૂનો કોટ જ પહેરવાનો ચાલું રાખ્યો.

એક વાર તેઓ કલકત્તા (અત્યારનું કોલકોત્તા) જઇ રહ્યા હતા ત્યારે મારી મોટી બે બહેનોએ પશ્ચિમના કાપડમાંથી બનેલો એક કાળો કોટ ચૂપચાપ એમની સૂટકેસમાં મૂકી દીધો. કલકત્તા પહોંચ્યા પછી તેઓ રાત્રે એક ભોજન સમારંભમાં જવા માટે તૈયાર થઇ રહ્યા હતા. ત્યારે એમને લાગ્યું કે એમના જૂના કોટમાંથી તરત ડ્રાયક્લિન કરેલી સુગંધ આવતી હતી. જાણે કોટ એ દિવસે જ ડ્રાઇક્લિન થઇને આવ્યો હોય. એ કોટ પહેરીને તો તેઓ ભોજન સમારંભમાં કેવી રીતે જઇ શકે ? એટલે પશ્ચિમનો કિંમતી કોટ પહેરવા સિવાય એમની પાસે બીજો કોઇ વિકલ્પ નહોતો. પંડિત નેહરૂ પણ આ રાત્રિ ભોજન સમારંભામાં આવ્યા હતા. એમનું ધ્યાન શાસ્ત્રીજીએ પહેરેલા નવા કોટ પર ગયું. તેમણે પોતાના વાણિજ્ય મંત્રી એટલેકે શાસ્ત્રીજીની મશ્કરી કરતાં કહ્યું " લાલ બહાદુર આજે તો તમે પશ્ચિમનો કોટ પહેર્યો છે ને કાંઇ! લાગે છે કે હવે તમે ફેશનેબલ બનવાનો પ્રયત્ન કરી રહ્યા છો." શાસ્ત્રીજીએ આ વાત સાંભળી થોડો સંકોચ અનુભવ્યો, પરંતુ તેમણે એકદમ નમ્રતાથી જવાબ આપ્યો " મારી પત્નીએ આ કોટને મારી સૂટકેસમાં મૂકી દીધો હતો." પંડિતજી જાણે મજાકના મૂડમાં હતા. તેમણે એક વધુ મજાક કરતાં કહ્યું " મને આશા છે કે એક દિવસ તમારી પત્ની સૂટકેસમાં ચૂડીદાર પાયજામો તથા શેરવાની પણ

મૂકી દેશે. જેના કારણે તમે એ પહેરવાનું શરૂ કરો અને પેલા જૂના ફેશનનાં કપડાં પહેરવાનું છોડી દો."

આમ હોવા છતાં લાલ બહાદુર શાસ્ત્રીએ ધોતી-ઝભ્ભો પહેરી રાખ્યાં હતાં. તેમણે ચૂડીદાર પાયજામો પહેરવાની ટેવ ન પાડી. જોકે નહેરૂજીના આગ્રહને વશ થઈને ૧૯૬૧માં ઇંગ્લેન્ડની મહારાણીના સન્માનમાં રાષ્ટ્રપતિ ભવનમાં આયોજિત ભોજન સમારંભમાં તેમણે ચૂડીદાર પાયજામો અને શેરવાની (કોટ) પહેર્યાં હતાં. એ પછી ભારતના પ્રધાનમંત્રીના રૂએ વિદેશ યાત્રા દરમિયાન શાસ્ત્રીજીએ ધોતી-ઝભ્ભો પહેરવાનો જ આગ્રહ રાખ્યો હતો. તેઓ હંમેશા કહેતા કે મહાત્મા ગાંધી સાથે પોતાની તુલના કરવી ન જોઈએ, પરંતુ જો ગાંધીજી દેશના સૌથી ઠંડા પ્રદેશોમાં પણ એક ધોતી પહેરીને રહી શકતા હોય, તો પોતે એવું કેમ ના કરી શકે ?. એટલે જ લાલ બહારદુર શાસ્ત્રીના પ્રશંસક સદાય એમને મહાત્મા ગાંધીના સાચા અનુયાયી માનતા હતા.

બુદ્ધિસાર:

શાસ્ત્રીજીના પહેરવેશ અંગેની ટેવો એ દર્શાવે છે કે તેઓ વાસ્તવમાં એક ધરતીપુત્ર હતા. તેઓ પોતાની પરંપરાગત ભારતીય પહેરવેશની જગ્યાએ અર્ધ- પારંપારિક પોષાક પહેરવામાં સહજતા નહોતા અનુભવતા. તેઓ પોતાની પસંદગીમાં બહુ ચોક્કસ રહેતા હતા અને એ ના પર અડગ હતા. સામજિક દબાણમાં આવીને પણ તેઓ એને છોડવા તૈયાર નહોતા.

શાસ્ત્રીજીનો વિશ્વાસ ગુણવત્તા જાળવી રાખવામાં નહીં, પરંતુ ગુણવત્તા સુધારવાનો હતો.

સ્વંય સહાયની તાલીમ

(સમય :- ૧૯૬૦ ની આસપાસ)

શાસ્ત્રીજી અમારી પાસેથી એવી અપેક્ષા રાખતા કે અમે અમારો ઓરડો સ્વચ્છ રાખીએ. ખરેખર જ્યારે તેઓ અમારા ઓરડામાં આવતા

અને જમીન પર પડેલો કચરો અને અસ્તવ્યસ્ત પુસ્તકો એમને દેખાય તો ગુસ્સે થયા વગર ચૂપચાપ તે વસ્તુઓ અને પુસ્તકોને વ્યવસ્થિત ગોઠવી દેતા હતા. એમને એવું કામ કરતા જોઇને અમને શરમ આવતી. અને અમે અમારી વસ્તુઓને વ્યવસ્થિત રાખવાનું શીખતા હતા. અમને સ્વચ્છતાનો પાઠ ભણાવવાની આ એમની રીત હતી.

શાસ્ત્રીજી પોતાનાં બધાં કામ જાતે જ કરતા હતા. પોતાનાં જૂતા પણ જાતે જ પોલિશ કરતા હતા. સામાન્ય રીતે એમનાં કપડાં જાતે જ ધોઇને જાતે જ મેદાનમાં સૂકવી દેતા. આજ બાબત તેમણે અમને બધાંને શીખવાડી હતી. કારણ કે તેઓ અમારી સામે ઉદાહરણ મૂકવા માગતા હતા. એટલે જ એનું અનુકરણ કરવામાં ક્યારેય કોઇ પ્રકારની સમસ્યા ન આવી.

એક વાર મેં અમારા એક નોકર પર ગુસ્સે થઇને બૂમ પાડી હતી. કારણ કે તેને મારાં પગરખાં લાવવામાં વિલંબ કર્યો હતો, અને એ કારણે મારે શાળાએ જવાનુ મોડું થઇ રહ્યું હતું. આ વાત તેમણે મારી માતા પાસેથી સાંભળી. આ સાંભળીને તેમણે મારા માટે એક સંદેશો મોકલ્યો કે કાર્યાલયમાંથી આવ્યા પછી તેઓ મને મળવા માગે છે.

જ્યારે મને ખબર પડી કે મારી માતાએ મારી ફરિયાદ કરી છે, ત્યારે પિતાજી વઢશે એવું લાગતા મને થોડી ચિંતા થવા લાગી, પરંતુ તેમણે હંમેશની જેમ એટલું જ કહ્યું આટલી નાની - નાની વાત પર મારે મારા નોકરોને તકલીફ આપવી જોઇએ નહીં. હવે પછી તેઓ મારાં જૂતાં સમયસર મને લાવી આપશે. મેં એમની માફી માગી અને એમને વચન આપ્યું કે બીજી વાર આવું ક્યારેય નહીં થાય.

શાસ્ત્રીજીના મનમાં પરિશ્રમ માટે બહુ સન્માન હતું. નાનાં-મોટાં કામ માટે નોકરોને આદેશ આપવાનું તેમને ઉચિત લાગતું નહીં.

બુદ્ધિસાર:

શાસ્ત્રીજી પોતાનું કામ જાતે કરવામાં ખૂબ જ ગર્વ અનુભવતા હતા. ગર્વની આ ભાવના તેઓ સમાજના દરેક સ્તરમાં લાવવા માગતા હતા. તેમના મતે બધાં જ કાર્યો મહત્વપૂર્ણ હતાં અને દરેક કાર્ય સારી રીતે કરવું આવશ્યક હતું.

વિખ્યાત હિંદી કવિ નીરજની કાવ્ય પંક્તિઓ અહીં આ બાબત માટે યથાર્થ છે:

"માણસને માણસ બનાવવા માટે એક નાની પ્રેમ કહાની જોઈએ, કાગળ પર લખવાવાળી રોશની નહીં, આંખોમાં થોડું પાણી જોઈએ, આનો આશય, અર્થ માણસને માણસ બનવા માટે હૃદયમાં પ્રેમ જોઈએ. કંઈ જ્ઞાન જ તમામ બાબત નથી."

મનુષ્યની આંખોમાં કરુણાની એક ઝલક જ એને એક પૂર્ણ મનુષ્ય બનાવે છે. કરુણાની એ ઝલક શાસ્ત્રીજીની નજરોમાં સદાય બિરાજમાન રહેતી.

તેઓ પોતાની સેવામાં લાગેલા સેવકો માટે એટલા ચિંતિત રહેતા કે એમની પૂણ્યતિથિ ૧૧ જાન્યુઆરીને સેવા દિવસના રૂપમાં મનાવવો જોઈએ એવું નક્કી કરાયું હતું.

આ દિવસે આપણે આપણા ઘરમાં કામ કરતા નોકરો તથા આપણી સેવા કરવાવાળા અન્ય લોકોનું સન્માન કરવું જોઈએ.

ખિસ્સા ખર્ચ (પોકેટ મની)

(સમય : ૧૯૬૧ની આસપાસ)

મને યાદ છે ત્યારે હું આઠમા ધોરણમાં ભણતો હતો અને મારા પિતા નેહરૂજીના મંત્રી મંડળમાં ગૃહ મંત્રી હતા. અમારા પરિવારમાં એવી પરંપરા હતી કે દીવાળી, હોળી જેવા તહેવારોમાં નાના બાળકોને મોટા- વડીલો આર્શીવાદના રૂપમાં પૈસા આપતા હતા. મારી ટેવ હતી કે તહેવારમાં મને મળેલા પૈસામાંથી થોડાક હું વાપરતો અને બીજા માએ આપેલા ગલ્લામાં નાખીને બચત કરતો. પૈસા બચાવવાનો આ ગુણ મને મારા પિતાજી પાસેથી મળ્યો હતો. જ્યારે મારા ભાઈઓ બચત કરવામાં બિલકુલ માનતા નહીં. એટલે એમને જેટલા પણ પૈસા

મળતા બધા તેઓ વાપરી નાખતા. આ દરમિયાન મેં રૂપિયાની બચત કરી હતી અને સો રૂપિયા સુધીની બચત કરવાનો મારો લક્ષ્યાંક હતો. મને એવું હતું કે મારી પૈસા બચાવવાની આદતની વાત જાણી પિતાજી બહુ જ ખુશ થશે.

મારા બધા ભાઈઓ અને કેટલાક મિત્રો મને કંજૂસ કહીને ચિડવતા હતા. જેના કારણે મને બહુ દુઃખ થતુ. મને સમજણ નહોતી પડતી કે મારે શું કરવું ? એમની ખિજવણથી હું એટલો અકળાઇ ગયો હતો કે એક બપોરે મેં બચાવેલા સત્તર રૂપિયા શૌચાલયમાં નાખી દીધા. મારા નાના ભાઈએ વાતની ફરિયાદ મારી માતાને કરી, જે સાંભળી તેઓ ગુસ્સે થયા હતા. તેમણે મને બોલાવીને કહ્યું કે આ વાત તેઓ સાંજે શાસ્ત્રીજી જ્યારે ઘરે આવશે ત્યારે એમને કરશે. હું ડરી ગયો. કારણ કે મને ખબર હતી કે શાસ્ત્રીજીને એક પૈસાની બરબાદી થાય તે પણ ગમતું નહીં. આવું એટલા માટે હતું કે તેમનો જન્મ અત્યંત ગરીબ પરિવારમાં થયો હોવાથી પોતાના બાળપણમાં તેમણે અનેક મુશ્કેલીભરેલા દિવસો જોયા હતા. એટલે સુધી કે સ્વતંત્રતા સંગ્રામ દરમિયાન પોતાના ઘરનું ગુજરાન ચલાવવા માટે એમને લોકસેવા મંડળ સંસ્થા દ્વારા પચાસ રૂપિયાની આર્થિક સહાય

મળતી હતી. માટે જ તેઓ એક એક પૈસાની કિંમત સમજતા હતા. પૈસાની બરબાદી થાય એ એમને જરાય રૂચતું નહીં.

સાંજના સમયે જ્યારે શાસ્ત્રીજી ઘરે આવ્યા ત્યારે મારી માતાએ એમને સમગ્ર કિસ્સો સંભળાવ્યો, અને પછી મને બોલાવવામાં આવ્યો. એ દિવસ સુધી મારા પિતાએ મારી ભૂલ કે તોફાન માટે મને ક્યારેય માર્યો નહોતો. પરંતુ મને વિશ્વાસ હતો કે મારી આ ભૂલને કારણે મારી બરાબર ધોલાઇ થવાની છે.

હું ત્યારે ખૂબ ગભરાયો જ્યારે શાસ્ત્રીજીએ મને એમની પાસે પડેલી ખુરશી પર બેસવાનું કહ્યું. તેમણે આજ સુધી ક્યારેય મારા ઉપર હાથ નહોતો ઉઠાવ્યો, એટલે હું એ વિચારથી મૂંઝાયેલો હતો કે તેમણે મને બેસવાનું કેમ કહ્યું ? ત્યારે જ મને એમનો પ્રેમભર્યો વિનમ્ર અવાજ સંભળાયો. તેમને પૂછ્યું કે " મેં શૌચાલયમાં પૈસા કેમ વહાવડાવી દીધા ?" મેં જવાબ આપ્યો કે હું સાબિત કરવા માગતો હતો કે હું કંજૂસ નથી. હું પૈસા એટલે બચાવ તો હતો કે તેમણે જ મને નાનપણથી શીખવાડ્યું હતું.

શાસ્ત્રીજીએ મારી સામે જોયું અને બોલ્યા, " બેટા, અનિલ, તુ આ જ વાત વિવેકપૂર્ણ રીતે પણ સાબિત કરી શક્યો હોત. એનો સૌથી શ્રેષ્ઠ રસ્તો એ હોત કે એ પૈસા કોઇ ગરીબ કે જરૂરિયાતમંદ વ્યક્તિને આપી દીધા હોત. આનાથી એટલું તો સાબિત થઇ જ જાત કે તું કંજૂસ નથી, સાથે સાથે તું એક દયાળું છોકરો છે એવી પ્રશંસા પણ મળત." ત્યારે મને મારી ભૂલનો અહેસાસ થયો અને મેં એમની માફી માગી. ત્યારે મને રડવાનું મન થતું હતું. હું જ્યારે જ્યારે આ ઘટના અંગે વારંવાર વિચારું છું તો મને સમજાય છે કે જો એ દિવસે મને માર્યો હોત તો કદાચ મને મારી ભૂલ સમજાઇ ન હોત. ચોક્કસ હું ત્યારે પ્રશ્વાતાપથી રડ્યો ન હોત.

બુદ્ધિસારઃ

લાલ બહાદુર ત્યારે જ ઠપકો આપતા જ્યાં સુધી ભૂલ થઈ ન હોય. જો કોઈ વ્યક્તિ પહેલેથી જ ભૂલ કરી બેઠી હોય તો એના પર ગુસ્સો કરવાનો કોઈ અર્થ નથી રહેતો. એ ગુમરાહ વ્યક્તિ એની ભૂલમાંથી કંઈ શીખે એવું વર્તન આપણે કરવું જોઈએ.

એક અન્ય ઉપયોગી મુદ્દો જેની ઉપર પ્રકાશ પાડવામાં આવ્યો છે કે કોઈ પણ વ્યક્તિએ પોતાનાથી ઉતરતી વ્યક્તિ સામે પોતાના ધન અને વૈભવી જીવન શૈલીની મોટી મોટી વાતો કરીને સામેવાળી વ્યક્તિમાં ઈર્ષાભાવ ઊભો કરવો જોઈએ. પરંતુ એની સામે પોતાની સમસ્યા દર્શાવતા એની ઈર્ષા ઓછી થશે.

અનિલ શાસ્ત્રી પોતાનાં ભાઈ-બહેનો સામે હંમેશા પોતાના બચતની વાતો કર્યા કરતા હતા. આઈસ્ક્રીમ તથા અન્ય ખાવાની ચીજવસ્તુ ખરીદતા હતા પણ ભાઈ - બહેનને ભાગ આપતા નહીં. એ કારણે જ એમના ભાઈ અશોક, સુનિલ અને નીરજા એમને કાયમ " કંજૂસ મખ્ખીચૂસ" કહીને ખીજવતા હતા. તેઓ એમની બચત અને બચત કરી શકવાની ક્ષમતાની પણ ઈર્ષા કરતા હતા. અનિલ શાસ્ત્રીએ ઉતાવળમાં પોતાના પૈસા શૌચાલયમાં નાખી દીધા. ઈર્ષાનો સામનો કેવી રીતે કરવો એની એમને સમજણ નહોતી.

સમય સંચાલન, સમયનું આયોજન

(સમય : ૧૯૬૧ની આસપાસ)

મારા પિતાજી સમય પાલનને બહુ જ મહત્વ આપતા હતા. આ સંબંધમાં મને એક કિસ્સો યાદ છે. એક વાર બ્રિટનથી અમારાં પારિવારિક મિત્ર સુશ્રી જીન હેલેન સ્કૉટ એક અઠવાડિયા માટે ભારત આવ્યાં હતાં. તેઓ અમારા ઘરે અમારી સાથે જ રહ્યાં હતાં. એ દરમિયાન અમારે સૌને તત્કાલીન રાષ્ટ્રપતિને (ડૉ. એસ. રાધાકૃષ્ણન) મળવા જવાનું હતું. અમે ત્યાં સમયસર પહોંચી જઇએ એ વાત પિતાજી અમને યાદ દેવડાવતા હતા. શાસ્ત્રીજીએ નક્કી કર્યું કે સુશ્રી સ્કૉટને પણ અમે સાથે લઇ જઇએ. અમે નક્કી કરેલા સમયે રાષ્ટ્રપતિજીને મળવા માટે પહોંચી ગયાં. સુશ્રી સ્કૉટે જોયું કે ભારતીય લોકો માટે જ્યારે સમયપાલન જરૂરી હોય છે ત્યારે ત્યારે તેઓ એનું ધ્યાન રાખે છે, બાકી તો કોઇ પણ પ્રસંગમાં દસ - પંદર મિનિટ મોડા પહોંચવું એ ભારતીયોની સામાન્ય આદત હતી. ભારતીય લોકો ક્યારેક જ રેલવે કે વિમાન પકડવામાં અથવા પરીક્ષા કે નોકરી માટેના ઇન્ટરવ્યુમાં મોડા પહોંચેલા હશે. કારણ કે સ્કૉટના માનવા અનુસાર આ બધુ એમના માટે જરૂરી છે.

મારા પિતાજી સમયના બહુ પાકા હતા, પરંતુ એકાદ મિનિટનું મોડું થવાથી કોઇ ફરક નથી પડતો અથવા કોઇનું નુકશાન ન થવાનું હોય તો સામાજિક સમારંભોમાં સમયસર પહોંચવા માટે પોતાની

જાત પર દબાણ નહોતા કરતા.

આના પરથી ખ્યાલ આવે છે કે તેઓ સમય પાલનને બહુ જ મહત્વ આપતા હતા અને એમનામાં સમય ગોઠવણની સારી સમજણ હતી, પરંતુ એની સાથે સાથે તેઓ ખૂબ જ વ્યવહારિક પણ હતા.

બુદ્ધિસાર:

સુશ્રી જીન સ્કોટે બરાબર તારણ કાઢ્યું હતું કે મહત્વપૂર્ણ ઘટનાઓ તથા મુલાકાત માટે આપણે ક્યારેય મોડા પહોંચતા નથી, અન્યથા આપણે ભારતીયો સમયનું પાલન કરતા નથી. આના પરથી સાબિત થાય છે કે મોડા પડવું એ આપણો મૂળભૂત સ્વભાવ નથી.

આપણે મોડા પડીએ છીએ એના કેટલાંક અન્ય કારણો છે. દાખલા તરીકે આપણા વી.આઈ.પી અને મુખ્ય અતિથિ ક્યારેય સમયસર પહોંચતા નથી. એમના મોડા પહોંચવાના કારણો પૈકીનું એક કારણ એ પણ હોઈ શકે કે તેઓ અન્ય અતિથિઓની રાહ જોવા ઈચ્છતા નથી. આમ છતાં તમે એક નેતા, મુખ્ય મહેમાન હોવ અને મોડા પહોંચવાના હોય તો આયોજકોને તમારા મોડા પહોંચવાની જાણ કરવી એ તમારું કર્તવ્ય બને છે. આમ કરવાથી તમે એવી છાપ ઊભી કરી શકશો કે તમારે માટે બીજાના સમયનું પણ એટલું જ મહત્વ છે. આમ કરવાથી તમારી રાહ જોઈ રહેલા લોકો પર તમારો પ્રભાવ પડશે. એમને લાગશે કે તમે શબ્દોના પાક્કા છો. તમને તમારી વ્યવસાયિક ઓળખ બતાવવા માટે મદદરૂપ થશે.

પશ્ચિમના દેશના લોકો કોઈની રાહ જોતી વખતે આવનારી વ્યક્તિને મોડું થશે એની જાણ ન કરે તો એ બાબત એમને ગમતી નથી. કારણ કે એમને લાગે છે કે એમનો સમય નિરર્થક જઈ રહ્યો છે. બીજી બાજુ સમયથી વહેલા પહોંચી જવું એ અતિ ઉત્સુકતાની નિશાની છે એવું પશ્ચિમના દેશોમાં માનવામાં આવે છે.

સમયની પાબંદી, સમય પાલન

(સમય : ૧૯૬૨ની આસપાસ)

શાસ્ત્રીજી સમયના બહુ પાબંદ વ્યક્તિ હતા અને તેમણે અમને પણ દરેક કામમાં સમયપાલન શીખવાડ્યુ હતુ. એક વાર એમને કોઇ અધિકૃત કામ માટે વિશેષ વિમાન દ્વારા શહેરની બહાર જવાનું હતું. એની આગલી રાતે તેમણે મને પૂછ્યું કે " મારી સાથે આવવું ગમશે

?'' જોગાનુજોગ બીજા દિવસે મારી શાળામાં રજા હતી. એમની સાથે જવા માટે હું રાજી થઇ ગયો. તેમણે મને જણાવ્યું કે સવારે આઠ વાગે નીકળવું પડશે. કારણ કે વિમાનના ઉપડવાનો સમય ૮:૩૦ નો છે, પરંતુ હું બીજા દિવસે સવારે સમયસર તૈયાર ન થઇ શક્યો. મેં પ્રયત્ન કર્યો કે હું બીજી કાર લઇને હવાઇ મથકે પહોંચી જાઉં. હું હવાઇ મથક પહોંચ્યો ત્યારે ૮:૩૫ વાગ્યા હતા.વિમાનના દરવાજા બંધ થઇ ગયા હતા અને એંજિન ચાલું હતું. (વિમાન ઉપડવાની તૈયારીમાં હતું.) જોકે હું પાંચ મિનિટ જ મોડો પહોંચ્યો હતો, પરંતુ શાસ્ત્રીજીએ મારી રાહ ન જોઇ અને તેઓ નીકળી ગયા. મને મારી જાત પર શરમ આવતી હતી. ઉપેક્ષાનો અનુભવ કરતો હું ત્યાં જ ઊભો રહ્યો. હું વિમાન મથક પર જ ઊભા - ઊભા પુષ્કળ રડ્યો.

સાંજે શાસ્ત્રીજી જ્યારે ઘરે આવ્યા ત્યારે મારી માતા એમના પર ગુસ્સે થયાં અને એમને કહ્યું " મને મૂકીને જતા રહેવા કરતા તેમણે પાંચ મિનિટ રાહ જોવી જોઇતી હતી". જવાબમાં શાસ્ત્રીજી બીજું કશું બોલવા કરતા માત્ર એટલું જ બોલ્યા "જો હું આવું ન કરતો તો અનિલને સમયપાલનનું મહત્વ કેવી રીતે સમજાત?''.

આ મારા માટે બહુ મોટો બોધ પાઠ હતો. એનું પરિણામ એ છે કે હું આજે પણ સમય પાબંદીનું પાલન કરવા માટે પૂરતો પ્રયાસ કરું છું.

બુદ્ધિસારઃ

સમય સંચાલનમાં સમયની પાબંદીનું કેટલુ મહત્વ છે તે આ ઘટના દ્વાર શીખવા મળે છે. એક જ સારી શીખ દ્વારા લાલ બહાદુર શાસ્ત્રી એ માત્ર પોતાના પુત્રને સમય પાલનનું મહત્વ શીખવાડ્યું એવું નથી. પરંતુ પોતાની

આજુબાજુના બધા લોકોને જેમકે પોતાના સાથિયો, ડ્રાઈવર, વિમાન મથકના કર્મચારીઓ વગેરેને જીવનનો ઉપયોગી પાઠ શીખવાડ્યો એટલે એ બધા પણ પોતાના સાથિયો, મિત્રો પરિવારને આ બોધ આપી શકે.

ધીરજનું ફળ

(સમય : ૧૯૬૧ની આસપાસ)

જ્યારે શાસ્ત્રીજીએ ૧૯૬૧માં ગૃહમંત્રીનો હોદ્દો સંભાળ્યો ત્યારે આસામના લોકોમાં ભાષાની સમસ્યા માટે બહુ જ રોષ ફેલાયેલો હતો. બંગાળી ભાષા બોલતા કાછડ જિલ્લામાં તો સ્થિતિ સ્ફોટક બની ગઇ હતી. ત્યાંના મૂળ રહેવાસીઓ એવું માનતા હતા કે અસમિયા ભાષા જબરજસ્તીથી એમના પર થોપવામાં આવી રહી છે. આ કારણે સિલચરમાં ભારે માત્રામાં પોલીસ દ્વારા ગોળીબાર પણ થયો હતો,

જેમાં ઘણી વ્યક્તિનાં મોત થયાં હતાં. જ્યારે ગૃહમંત્રી લાલ બહાદુર શાસ્ત્રીએ આ સમસ્યાના ઉકેલ માટે કાછાડ જવાનો નિર્ણય લીધો ત્યારે આવી ભાવનાઓ ઉછાળા મારી રહી હતી.

બરાક નદીથી લઇને સિલચરમાં જિલ્લાના મુખ્ય કાર્યાલય સુધી માર્ગની બંને બાજુ યુવા છોકરા અને છોકરીઓ એકદમ શાંત ઊભાં હતાં, પરંતુ એમના હાથમાં વિરોધ પ્રગટ કરતાં લખાણો હતાં. મૌન પ્રદર્શિત કરવાની આ સૌથી અસરકારક રીત હતી. બીજી તરફ સિલચરમાં આ આંદોલનના નેતા પોતાનો ધરબાઇ ગયેલો ગુસ્સો ઠાલવવા માટે શાસ્ત્રીજીની રાહ જોતા હતા. જોકે એમની આ પ્રતિક્ષા નકામી ગઇ કારણ કે શાસ્ત્રીજીએ સૌથી પહેલાં હોસ્પિટલમાં જવાનું નક્કી કર્યું, જ્યાં પોલીસ ગોળીબારથી ઘાયલ થયેલા લોકોની સારવાર કરવામાં આવી રહી હતી. આંદોલન દરમિયાન જેમને જેલમાં પૂરવામાં આવ્યા હતા એમને મળવા શાસ્ત્રીજી જેલમાં પણ ગયા. પોલીસના ગોળીબારમાં મૃત્યુ પામેલા લોકોના પરિવારજનોને મળીને શાસ્ત્રીજીએ સાંત્વના આપી, પોતાની સહાનુભૂતિ બતાવી.

જ્યારે છેલ્લે તેઓ સરકારી અતિથિગૃહમાં પહોંચ્યા ત્યારે ઘણું મોડું થઇ ગયું હતું. ઘણી મોટી સંખ્યામાં લોકો ભેગા થઇને આતુરતાપૂર્વક એમની રાહ જોતા હતા. તેમણે દરેક વ્યક્તિની વાત એકદમ ધીરજ રાખી અને ધ્યાનથી સાંભળી, એના ફળસ્વરૂપે મોડી સાંજ સુધી કડવાશ અને શત્રુતાની ભાવનાનું પ્રમાણ ઓછું થઇ ગયું હતું.

બુદ્ધિસાર:

આસામનો આ કિસ્સો દર્શાવે છે કે વિલંબ કેટલીક વાર લોકોનો ગુસ્સો શાંત કરવામાં અને તાણ ઓછી કરવામાં મદદ કરે છે. એ પછી જ્યારે શાસ્ત્રીજીએ ત્યાં ભેગા

થયેલા લોકોની વાત સાંભળી, તો એમને એ લોકોનો વિશ્વાસ જીતવા અને કડવાશ ઓછી કરવામાં સફળતા મળી હતી.

એક વ્યવસ્થાપકની રૂએ ચોક્કસ તમારામાં સૂઝ હોવી જોઈએ કે વિલંબનો અનુકરણનીતિના રૂપમાં ક્યાં અને કેવી રીતે ઉપયોગ કરવો જોઈએ. જો કોઈને રાહ જોવડાવવી પડે તો એ એક સારા કારણ માટે હોવી જોઈએ. રાહ જોનારને તુચ્છતાનો અહેસાસ ન થવો જોઈએ.

શાસ્ત્રીજી પોતાની જન્મજાત બુદ્ધિમત્તાથી એવું જાણતા હતા કે સૌથી પહેલા પોલીસ ગોળીબારમાં ઘાયલ થયેલી વ્યક્તિઓને તેમણે મળવું જોઈએ અને પછી આંદોલનકારીઓને. આ કારણે પોતાના વિલંબને યોગ્ય ગણીને તેઓ પહેલા હોસ્પિટલમાં ગયા અને પછી જ આંદોલનકારીઓને મળ્યા.

આટલો નાનો માણસ

(સમય : ૧૯૬૨ની આસપાસ)

શાસ્ત્રીજીના સ્વભાવમાં છુપાયેલી વિનમ્રતા એમની મુખ્ય તાકાત હતી. તેઓ નાનપણથી જ ગુરૂનાનક દેવના એક દુહાથી પ્રભાવિત હતા.

"નાનક, નાના જ રહો, નાના ઘાસની જેમ, વૃક્ષ તો સૂકાઇ જશે, ઘાસ તો સારી રીતે જીવે છે".

આનો અર્થ છે : હે નાનક, માણસે ઘાસના નાના પાંદડાની માફક નાના જ બની રહેવું જોઇએ. વૃક્ષ તો સૂકાઇને મરી જાય છે, પરંતુ ઘાસ હંમેશા લીલું જ રહે છે.

એક વાર ગૃહ મંત્રી તરીકે શાસ્ત્રીજી કોલકતા ગયા હતા. એમને દિલ્હી પાછા ફરવા માટે વિમાન પકડવાનું હતું. વિમાન પકડવા એમને ડમડમ હવાઇ મથક પહોંવાનું હતું. સામાન્ય રીતે સાંજના કોલકતાના રસ્તા પર વાહનોની અવર જવર વધી જતી હોય છે. ડમડમ હવાઇ મથક સુધી પહોંચવાનું લાંબુ અંતર જોતાં સમયસર એરપોર્ટ પર પહોંચવા માટેની આશા બહુ ઓછી હતી. આ વાતને ધ્યાનમાં લઇ ત્યાંના પોલીસ કમિશનરે સૌજન્યતાથી એમના માટે એક પાયલોટ કાર મોકલવા કહ્યું. પાયલોટ કારની આગળ એક સાયરનવાળી ગાડી સાયરન વગાડી ચાલે. જેના કારણે મંત્રીને જવાના માર્ગ પરથી ટ્રાફિક દૂર થઇ જાય અને તેઓ સમયસર એરપોર્ટ પહોંચી

શકે, પરંતુ શાસ્ત્રીજીએ તરત જ એમનો પ્રસ્તાવ દ્રઢતાપૂર્વક નકારી કાઢ્યો. જ્યારે લોકોએ આ પ્રસ્તાવ નકારવાનું કારણ જાણવાની ઇચ્છા વ્યક્ત કરી ત્યારે શાસ્ત્રીજીએ કહ્યું પોલીસની ગાડી સાયરન વગાડતી આગળ જાય તો દરેક એવું વિચારે છે કે કોઇ મોટો માણસ જઇ રહ્યો છે, પરંતુ જ્યારે લોકો "આટલા નાના માણસ" ને આવતા જુએ છે તો નિરાશ થઇ જાય છે અને બોલે છે કેવી વ્યક્તિ આવી રહી છે. કહેવા માટે તેમણે આ વાત અત્યંત હળવાશથી કહી દીધી, પરંતુ આમાં અન્ય લોકો માટે બહુ જ મોટો સંદેશ છુપાયેલો હતો.

બુદ્ધિસારઃ

શાસ્ત્રીજી પછી હવે સમય ઘણો બદલાઇ ગયો છે. હકીકતમાં હવે સમય બહુ જ નબળો થઇ ગયો છે. વી.વી.આઇ.પી લોકોના આવન-જાવનથી સામાન્ય માણસોને માત્ર અસુવિધા ઊભી થાય છે એવું નથી, પરંતુ આ પ્રક્રિયા દરમિયાન ક્યારેક ક્યારેક કેટલાક લોકો ઘાયલ પણ થાય છે. કેટલીક સુરક્ષા વ્યવસ્થા હોવી જોઇએ એ તો સમજાય, પરંતુ મોટા ભાગે કહેવાતા મોટા લોકો સામાન્ય પ્રજાના ભોગે વિશેષાધિકાર માટે પોતાના પદનો ઉપયોગ કરે છે.

શાસ્ત્રીજી એવું માનતા હતા કે સાચી મહાન વ્યક્તિ એ જ છે જે લોકોનું ધ્યાન પોતાની તરફ નથી ખેંચતી, પરંતુ તે ચૂપચાપ માથુ ઝુકાવીને પોતાના કામમાં વ્યસ્ત રહે છે. તે પોતાની જગ્યા પોતાના વિશેષાધિકારથી નહીં, પરંતુ પોતાના કાર્યોથી બનાવે છે.

સાદું જીવન, ઉચ્ચ વિચાર

(સમય : ૧૯૬૧ -૧૯૬૩ની આસપાસ)

શાસ્ત્રીજી જ્યારે કેન્દ્રીય ગૃહમંત્રી હતા ત્યારે હું અને મારા બંને નાના ભાઈઓ દિલ્હીની સેંટ કોલંબસ સ્કૂલમાં ભણતા હતા. એ દિવસોમાં અને ઘોડાગાડીમાં બેસીને સ્કૂલે જતા- આવતા હતા, જ્યારે એ જ શાળામાં ભણતા અમારા સહાધ્યાયીઓ કારમાં આવતા જતા

હતા. એમના પિતા સરકારી અધિકારી હતા. એમાંના કેટલાક તો એવા પણ હતા કે જેઓના પિતા ગૃહમંત્રાલયમાં મારા પિતાજીના હાથ નીચે કામ કરતા હતા. એમને ગાડીઓમાં આવતા જોઈને અમને ખૂબ ખરાબ લાગતું કે દેશના ગૃહમંત્રીનાં સંતાનો હોવા છતાં શાળાએ જવા માટે અમારી પાસે ગાડી નથી. એક દિવસ અમે ત્રણેય આ બાબત અંગે પિતાજી સાથે વાત કરવાનું નક્કી કર્યું.

એ દિવસે શાસ્ત્રીજી મોડી રાત્રે ઘરે પાછા ફર્યા ત્યારે અમને જાગતા જોઈને એમને નવાઈ લાગી. અમે તરત જ એમની સામે પેલો પ્રશ્ન મૂક્યો કે દેશના ગૃહમંત્રીનાં બાળકો હોવા છતાં શાળાએ જવા માટે અમારી પાસે કાર કેમ નથી ? આ સાંભળી પહેલાં તો તેઓ હંમેશની જેમ હસ્યા અને પછી કહ્યું કે આપણી પાસે પોતાની અંગત ગાડી તો નથી, પરંતુ આપણા માટે સરકારી ગાડી મળી શકે એમ છે. આ સાંભળીને અમે અત્યંત ખુશ થઈ ગયા, પરંતુ આ વાતની સાથે અમને ચેતવણી આપવામાં આવી કે આ સુવિધા ત્યાં સુધી જ મળશે જ્યાં સુધી તેઓ મંત્રીપદ પર રહેશે. તેઓ મંત્રી પદથી દૂર થઈ ગયા પછી તમારે ફરી ઘોડાગાડીમાં જ શાળાએ આવ-જા કરવી પડશે. ત્યારે અમને સમજાયું કે એક વાર ગાડીની ટેવ પડશે પછી ફરીથી ઘોડાગાડીમાં આવવું- જવું ગમશે નહીં, એ આપણને તકલીફ આપશે. એટલે છેવટે અમને ઘોડાગાડીમાં જ શાળાએ આવવા-જવાનું યોગ્ય લાગ્યું.

આજે અમને એવું સમજાય છે કે બાળકોના રૂપમાં અમારો નિર્ણય ખોટો નહોતો. મને પ્રતિકૂળ પરિસ્થિતિમાં અનુકૂલન સાધવું અને પોતાની જાતને એ પ્રમાણે ઢાળવા માટે મને કોઈ મુશ્કેલી લાગતી નથી. મારા માટે એ સહેલુ છે એનો શ્રેય હું મારા પિતાજીને આપું છું.

બુદ્ધિસાર:

લાલ બહાદુર શાસ્ત્રી અત્યંત સરળ વ્યક્તિ હતા, અને પોતાના બાળકોને પણ તેઓ પોતાના જેવા જ બનવાની ઈચ્છા રાખતા હતા. તેમણે બાળકોની સામે ગાડીમાં જવાનો પ્રસ્તાવ એવી રીતે મૂક્યો કે બાળકો પોતે જ એને નકારી કાઢે.

અમારી વાતચીત દરમિયાન અનિલે એ વાત પણ કરી કે કારના ઉપયોગ નો હિસાબ એક લૉગ બુકમાં રાખવામાં આવે છે. મહિનાના અંતે કારનો અંગત ઉપયોગ કર્યો હોય એનો ખર્ચ ગણવામાં આવે છે અને શાસ્ત્રીજી એ ખર્ચ સરકાર ચૂકવે છે. તેઓ પોતાના સરકારી અધિકારીને આ પ્રણાલિથી વાકેફ કરતા રહેતા, જેથી કરીને તેઓ પણ આ નિયમનું પાલન કરે.

ફ્રાન્સના રાષ્ટ્રપતિ ચાર્લ્સ ડિ ગોલ પણ પ્રામાણિકતાના હિમાયતી હતા. તેઓ તો અંગત ઉપયોગ માટે વપરાયેલી ટપાલ ટિકિટના પૈસા પણ ચૂકવી દેતા હતા કારણ કે પેલા સરકારી અધિકારીઓ સામે એક દાખલો બેસાડી શકાય, જે આટલા પ્રામાણિક નહોતા.

નેહરુ પછી કોણ ?

(સમયઃ ૧૯૬૧ની આસપાસ)

ભારતના પહેલાં પ્રધાનમંત્રી જવાહરલાલ નેહરુ અત્યંત ઉત્કૃષ્ટ વ્યક્તિત્વ ધરાવતા હતા. તેમણે ૧૭ વર્ષ સુધી ભારતના પ્રધાનમંત્રીના રૂપમાં કામ કર્યું હતું. ભારતના રાજનૈતિક વર્તુળમાં તેમણે એટલી ઉંચાઇ હાંસિલ કરી હતી કે એમના વગરના ભારત દેશની કલ્પના કરવી અશક્ય હતી. જાન્યુઆરી, ૧૯૬૪માં જયારે એમની તબિયત બગડી તો રાજકીય વર્તુળમાં એવો પ્રશ્ન પૂછાવા માંડ્યો કે નેહરુ પછી કોણ ? માઇકલ બ્રસર અને વેલેસ હેન્જન જેવા વિદેશી લેખકોની સાથે સાથે કેટલાક ભારતીય લેખકોએ પણ આ સવાલ ઉઠાવ્યો હતો કે જવાહર લાલ નેહરુ પછી તેમનો ઉત્તરાધિકારી કોણ હશે?

એ સમયે આ પ્રતિષ્ઠિત પદ માટે જે નામ ચર્ચામાં હતાં તેમાં મોરારજી દેસાઇ, એસ.કે. પાટીલ, કામરાજ, ઇંદિરા ગાંધી, લાલ બહાદુર શાસ્ત્રી, વાય.બી ચૌહાણ અને ટી.ટી. કૃષ્ણમાચારીનો સમાવેશ થતો હતો. પોતાની નેતૃત્વ શૈલી તથા લોકોની સાથે એમની વ્યવહાર કુશળતાએ લાલ બહાદુર શાસ્ત્રીને જનતાએ ગમતા અને લોકપ્રિય નેતા બનાવી દીધા હતા. પાર્ટીમાં એમની સ્વીકાર્યતા ઘણી હતી, પરંતુ તેઓ સ્વભાવે શરમાળ હતા, અને મોટા ભાગે પ્રસિદ્ધિથી દૂર રહેતા હતા.

તેમને મહાત્વાકાંક્ષી પણ માનવામાં આવતા નહોતા, પરંતુ એમને એવા રાજકીય નેતાના રૂપમાં જોવામાં આવ્યા કે એમનામાં

સત્તા પામવા માટેની બહુ લાલસા નહોતી. જ્યારે તત્કાલીન રાજકીય ટીકાકાર પ્રધાનમંત્રી પદની દોડમાં શાસ્ત્રીજી આ વિશિષ્ટતાઓને એક વિઘ્ન માનતા હતા. આમ છતાં એમની આ વિશિષ્ટતાઓને કારણે જ સર્વસંમતિથી પાર્ટીના નેતા ચૂંટવામાં આવ્યા હતા. તત્કાલીન કોંગ્રેસી નેતા આ બાબતથી સારી રીતે માહિતગાર હતા કે નેહરુજીના કદની બરાબરી કોઈ કરી નહીં શકે એટલે પાર્ટીને એવી વ્યક્તિની જરૂર હતી જેની પાર્ટીમાં સૌથી વધારે સ્વીકાર્યતા હોય અને તે દરેકને પોતાની સાથે રાખીને ચાલે. તે સૌએ શાસ્ત્રીજીમાં એક સ્વીકાર્ય નેતાના બધા જ ગુણો જોયા, જે નેહરુ પછી પાર્ટી અને દેશનું નેતૃત્વ કરી શકવા માટે સક્ષમ હતા.

બુદ્ધિસાર:

વાસ્તવમાં ઈતિહાસ વારંવાર એવુ બતાવે છે કે સત્તા મેળવનાર ઉત્તરાધિકારી જ હોય છે જેની વિરુદ્ધ અથવા જેના માટે બધાના વિચારોનું સમર્થન ન હોય.

અમેરિકામાં અશ્વેતો માટે સમાનતાના અધિકારના આંદોલનનું નેતૃત્વ કરવા માટે માર્ટીન લ્યુથર કિંગ મુખ્ય દાવેદારોમાંથી નહોતા. સાચી વાત તો એ છે કે એ સમયે ભાગ્યે જ કોઈ જાણતું હતું, પરંતુ અન્ય મુખ્ય દાવેદારો એક બીજાને સ્વીકારતા નહોતા. કારણ કે જેમ એમનું સમર્થન કરવાવાળું જૂથ હતું તો સામે એમનો અસ્વીકાર કરવાવાળો સમૂહ પણ હાજર હતો. એમની બિનવિવાદાસ્પદ ઉમેદવારીને કારણે જેના કોઈ પણ પ્રબળ વિરોધી ન હતા.

કહેવત છે કે સૌથી આકર્ષક દોડવીર જીતતો નથી કે ન તો સૌથી લોકપ્રિય દોડવીર જીતે છે. શાસ્ત્રીજી બધા ઉમેદવારોમાં એક માત્ર એવા દાવેદાર હતા કે જેઓ કોઈ વિવાદ સાથે જોડાયેલા નહોતા, જે બધાને સ્વીકાર્ય હતું. માટે જ તેઓ ભારતના પ્રધાનમંત્રી બન્યા.

એક પારિવારિક વ્યક્તિ

(સમય : ૧૯૬૪ની આસપાસ)

૧૯૫૦ અને ૧૯૬૦ ના દસકામાં સેંટ કોલંબસ સ્કૂલમાં એક એવી પ્રથા હતી કે વિદ્યાર્થીનું રિપોર્ટ કાર્ડ શાળાએ નક્કી કરેલા દિવસે માતા-પિતાએ શાળામાં જઈને લેવાનું. મારા પિતાએ એક મંત્રી હોવા છતાં જાતે જ વર્ગ શિક્ષક પાસે જઈને મારું રિપોર્ટ કાર્ડ લેતા હતા. એમને આ વાત બહુ જ મહત્વપૂર્ણ લાગતી હતી. શાળાના અધિકારીઓ દ્વારા એ પ્રસંશા પણ કરવામાં આવતી કે મારા પિતા કેન્દ્રીય મંત્રી હોવા છતાં દીકરાનું

રિપોર્ટ કાર્ડ જાતે લેવા આવે છે. મારા વર્ગ શિક્ષક મને એક આદર્શ વિદ્યાર્થી તરીકે રજૂ કરતા કે, વિદ્યાર્થીઓના માતા-પિતા બાળકોનો રિપોર્ટ લેવા શાળામાં આવવાની તસ્દી સુદ્ધાં નથી લેતા.

જૂન,૧૯૬૪માં મારા પિતા દેશના પ્રધાનમંત્રી બની ગયા. સપ્ટેમ્બરમાં બીજા સત્રની પરીક્ષા થઇ. દશેરા પહેલા શરૂ થનારા શારદીય નવરાત્રિની રજાઓ પડે એ પહેલાં જ રિપોર્ટ કાર્ડ લઇ આવે. શાસ્ત્રીજીએ મને કહ્યું હંમેશની જેમ જ તેઓ મારું રિપોર્ટ કાર્ડ લેવા જશે. મારા માટે આ એક સામન્ય વાત હતી. રિપોર્ટ કાર્ડ વિતરણ કરવાના દિવસે તેઓ શાળામાં પહોંચી ગયા. શાસ્ત્રીજીએ ગાડી શાળાના દરવાજા બહાર ઊભી રાખવા ડ્રાઇવરને સૂચના આપી અને પોતે શાળાના દરવાજા પાસે ઉતરી ગયા. એમની સાથે ખૂબ ઓછા કર્મચારીઓ હતા. ચોકીદારે કહ્યું કે તેઓ ગાડી શાળાની અંદર ઉભી રાખી શકે છે, પરંતુ શાસ્ત્રીજીએ એવું કરવાની ના પાડી. ચોકીદારે શાસ્ત્રીજીને કહ્યું તેઓ ભારતના પ્રધાનમંત્રી હોવાથી ગાડી અંદર લઇ જઇ શકે છે. શાસ્ત્રીજીએ કહ્યું કે તેઓ શાળાના પ્રધાનમંત્રી નહીં, પરંતુ અનિલ શાસ્ત્રીના પિતા તરીકે આવ્યા છે. એમની સાથે બીજા વ્યક્તિઓ જેવો જ વ્યવહાર કરવો જોઇએ.

મારો વર્ગ ૧૧ બી પ્રથમ માળે હતો, અને તેઓ મારી સાથે પગથિયાં ચઢીને વર્ગમાં પહોચ્યા. મારા વર્ગ શિક્ષક આદરણિય બ્રધર ટાઇનન એમને જોઇને દિગ્મૂઢ થઇ ગયા. શિક્ષકે વિનમ્રતાથી કહ્યું કે તમારે જાતે રિપોર્ટ કાર્ડ લેવા આવવાની કોઇ જરૂર નહોતી. એ માટે તમે બીજી કોઇ વ્યક્તિને પણ મોકલી શકત. શાસ્ત્રીજીએ હસીને જવાબ આપ્યો કે પહેલેથી આવું જ કરતો આવ્યો છું. આ પછી પણ એવું જ કરતો રહીશ. બ્રધર ટાઇનને કહ્યું હવે તો તમે પ્રધાનમંત્રી છો. શાસ્ત્રીજી હસતાં હસતાં બોલ્યા બ્રધર ટાઇનન પ્રધાનમંત્રી બનીને હું તો નથી બદલાયો. મને લાગે છે કે તમે જરૂર બદલાઇ ગયા છો.

બુદ્ધિસાર:

શાસ્ત્રીજી જ્યારે રિપોર્ટ કાર્ડ લેવા શાળાએ ગયા તો બાળકોને સંદેશો આપવા માગતા હતા કે તેમના પ્રધાનમંત્રી થવાનો એ અર્થ તો નથી કે તેમણે પોતાની મુખ્ય પ્રવૃતિઓમાં વ્યસ્ત રહીને એક પિતાની જે જવાબદારીઓ છે તે નિભાવવી છોડી દીધી નથી. તેઓ સાબિત કરવા માગતા હતા કે પોતાના કામનો ભાર હોવા છતાં એમના પિતા પહેલાંની જેમ જ એમની સાથે ઊભા છે અને આ એમની એક પારિવારિક જવાબદારી હતી.

એમના આ સંકેતથી બાળકો પણ જાણતા હતા કે એમની શૈક્ષણિક પ્રગતિ પર નજર રાખવાવાળું પણ કોઈ છે. માટે જ તેઓ ગંભીરતાપૂર્વક ભણવામાં લાગેલા રહેતા હતા.

દેશના પ્રધાનમંત્રી હોવા છતાં પણ તેમણે પોતાની જાતને એક સાધારણ વ્યક્તિ જ સમજતા હતા. મારો રીપોર્ટ કાર્ડ લેવા માટે શાળાએ જઈને એમણે એ સિદ્ધ કરી બતાવ્યું કે તેઓ બીજા કોઈ માતા- પિતાથી જુદા નથી જેમના બાળકો સેંટ કોલંબસમાં ભણતા હતા.

કારમાં છુપાયો સંદેશ

(સમય: ૧૯૬૪ ની આપસાપ)

આજ એ વાત સાંભળવામાં નવાઇ લાગે છે કે જ્યારે લાલ બહાદુર શાસ્ત્રી ભારતના પ્રધાનમંત્રી બન્યા ત્યાં સુધી એમની પાસે કાર નહોતી. બાળકો નાના હોવાથી અમને અમે ભાઇ-બહેનને હંમેશા એવી ઇચ્છા રહેતી કે

અમારી પણ એક કાર હોય, પરંતુ તેઓ પોતાના નૈતિક નિયમોમાં મજબૂત હતા, જેના કારણે તેઓ ક્યારેક અમારી આ ઇચ્છાને પૂરી કરી શક્યા નહીં. જો કે એમના પ્રધાનમંત્રી બન્યા પછી મેં એમની એક પોતાની અંગત કાર લેવા માટે વિનંતી કરી.

એક સાંજે અમને બધાને બોલાવીને એક ખુશ ખબર સંભળાવી કે તેમણે કાર લેવાનો નિર્ણય કર્યો છે. અમે બધાં બાળકો એમની આ વાત સાંભળીને રોમાંચિત થઇ ગયાં. તેમણે તેમના સ્ટાફના સભ્યને એમનું બેંક બેલેન્સ અને નવી કારની કિંમત તપાસવા માટે કહ્યું, જાણવા મળ્યું કે એમના બેંક ખાતામાં ૭૦૦૦ હજાર રૂપિયા હતા અને એ સમયે એક ફિયાટ કારની કિંમત લગભગ ૧૨૦૦૦ હજાર રૂપિયા હતી. અમને એ સાંભળીને બહુ જ નવાઇ લાગી કે ભારતના પ્રધાનમંત્રી હોવા છતાં એમની પાસે માત્ર ૭૦૦૦ હજાર રૂપિયા જ હશે. જો કે શાસ્ત્રીજીએ અમને નિરાશ ન થવા દીધા. તેમણે પ્રધાનમંત્રીના રૂએ પંજાબ નેશનલ બેંકમાં કાર માટે લોન લેવા માટેની એક અરજી આપીને અમારા માટે કાર ખરીદી લીધી. દુર્ભાગ્યવશ એક વર્ષ પછી એમનું અવસાન થયું અને ખરીદી માટે બેંકમાંથી જે લોન લીધી હતી તે ચૂકવવા વગર જ રહી ગઇ.

જોકે સરકારે લોનની રકમ માફ કરવાની ગોઠવણ કરી હતી. પરંતુ મારી માતાએ શાસ્ત્રીજીના આદર્શોને ધ્યાનમાં રાખી એ પ્રસ્તાવ સ્વીકાર્યો નહી. અને પોતાના માસિક પેન્શનમાંની રકમમાંથી એ લોન ભરપાઇ કરી. આ લોન શાસ્ત્રીજીના અવસાન પછીના ત્રણ ચાર વર્ષમાં ચૂકવાઇ. આ કાર વાપરવામાં મને અત્યંત ગૌરવ થાય છે. મારા માટે આ એક કાર નહી એનાથી પણ કંઇક વિશેષ છે. આ કારની સાથે પિતાજીના કેટલાંક મૂલ્યો અને કેટલીક યાદો જોડાયેલી છે. તેને હું સદાય મારા મનમાં સાચવી રાખીશ.

આ કારને પ્રજાના દર્શન માટે દિલ્હીમાં લાલ બહાદુર શાસ્ત્રી સ્મારકમાં રાખવામાં આવી છે. સેંકડો લોકો પોતાના પ્રિય પ્રધાનમંત્રીની આ કારને જોવા આવે છે. જે શાસ્ત્રીજીએ બેંકમાંથી લોન લઈને ખરીદી હતી, જે અદ્ભૂત વાત હતી. આ કાર સંગ્રહાલયના મુખ્ય આકર્ષણોમાં એક છે.

બુદ્ધિસાર:

શાસ્ત્રીજી વિશ્વ ઈતિહાસમાં કેટલાક અલગ નેતાઓમાંના એક હોઈ શકે છે. જુદા એ અર્થમાં કે દેશના પ્રધાનમંત્રી પદ હોવા છતાં એમનું બેંક બેલેન્સ એક સાધારણ કારના બે તૃતીયાંશ ભાગ જેટલું હતું. આ એમની પ્રામાણિકતા અને એમના મૂલ્યોનું કારણ હતું.

એમાં નેતૃત્વની વિશેષતા આ તથ્યથી પ્રમાણિત થાય છે કે તેમનાં પત્ની લલિતા શાસ્ત્રી, જે એમની સૌથી મોટાં અનુગામીની હતાં. એમના પછી એમના દાયિત્વ અને આદર્શોને જીવનમાં ઉતાર્યા હતા. તે શાસ્ત્રીજીએ ચીંધેલા માર્ગ પર જ ચાલ્યાં. શાસ્ત્રીજીએ લીધેલી કાર માટેની લોનની રકમને માફ કરવાના સરકારના નિર્ણયનો અસ્વીકાર કર્યો. પોતે જાતે જ એ ચૂકવવાં પર ભાર મૂક્યો. મારી માતાએ સાબિત કર્યું કે તેઓ હંમેશા શાસ્ત્રીજીનાં મૂલ્યોની સાથે જ હતી, શરૂઆતમાં તે શાસ્ત્રીજીના અતિ પ્રામાણિક હોવા પર આલોચના પણ કર્યા કરતી હતી.

વ્યક્તિગત પ્રામાણિકતા એક એવી વિશિષ્ટતા છે, જેના

માટે લાલ બહાદુર શાસ્ત્રીને એમના મૃત્યુના કેટલાંક વર્ષો પછી આજ પણ યાદ કરવામાં આવે છે. જ્યારે પણ કોઈ ગોટાળો કે ભ્રષ્ટાચાર બહાર આવે છે, તો આજે પણ માધ્યમો તથા પ્રજા વ્યક્તિગત પ્રામાણિકતા માટે આ ઘટનાને ટાંકે છે.

બિન કાયદેસર ડ્રાઈવિંગ લાઈસન્સ

(સમય : ૧૯૬૪ની આસપાસ)

૧૯૬૪માં મારા પિતા ભારતના વડાપ્રધાન બન્યા ત્યારે હું પંદર વર્ષનો હતો. એ દિવસોમાં દેશમાં મોટર વ્હિકલ એક્ટ અનુસાર ડ્રાઈવિંગ લાઈસન્સ મેળવવા માટે મારી ઉંમર યોગ્ય નહોતી. હું લાઈસન્સ મેળવવાની ઉંમર કરતા ત્રણ વર્ષ નાનો હતો.

મેં ચૌદ વર્ષની ઉંમરમાં જ પિતાજીને પૂછ્યા કે કહ્યા વગર ગાડી ચલાવવાનું શીખી લીધું હતુ. અકબર રોડ પર બપોરના સમયે ગાડી ચલાવવા મારા માટે યોગ્ય સમય હતો. ત્યારે ત્યાં ટ્રાફિક નામ માત્રનો

રહેતો. એ સમયે પરિવારના અન્ય સભ્યો આરામ કરી રહ્યા હોય અને પિતાજી કચેરીમાં હોય. મારા મોટાભાઈ જે મારાથી દસ વર્ષ મોટા હતા તે મદ્રાસમાં પોતાની કંપની ચલાવતા હતા. બધુ, મારી અનુકૂળતા પ્રમાણેનું હતું. મેં જીદ કરી એટલે એક કાર ડ્રાઈવર મને ડ્રાઈવિંગની પ્રામાણિક તાલીમ આપવા માટે રાજી થઈ ગયા. હું યુવાન હતો એટલે મને તરત જ કાર ચલાવતાં આવડી ગયું.

જ્યારે મને લાગ્યું કે હું એકલો ગાડી ચલાવી શકીશ, ત્યારે મેં ડ્રાઈવિંગ લાઈસન્સ લેવાનો વિચાર કર્યો. મેં પિતાજીના અંગત સચિવ શ્રી કૈલાશ નારાયણને વિનંતી કરી તેઓ મને આ કામમાં મદદ કરે. તેમણે તરત જ પોતાની સત્તાનો ઉપયોગ કરીને કાર્યવાહી કરી અને એક દિવસ સાંજે પ્રધાનમંત્રીના નિવાસ સ્થાને લાઈસન્સ મળી ગયું.

સાંજે શાસ્ત્રીજી ઘરે આવ્યા તો મેં બહુ જ ગર્વથી એમને મારા ડ્રાઈવિંગ લાઈસન્સની વાત કરી. મને પૂરો વિશ્વાસ હતો કે તેઓ મારું ડ્રાઈવિંગ લાઈસન્સ જોઈને રાજી થશે. એક ગેરકાનૂની કાર્યમાં હું સહભાગી થયો એટલે તેઓ મારા પર ગુસ્સે તો ન થયા, પરંતુ આ બાબતથી તેઓ થોડા દુઃખી અને વ્યાકુળ લાગ્યા. બીજા દિવસે સવારે જ તેમણે કૈલાશ નારાયણને પોતાની પાસે બોલાવ્યા અને એમને સમજાવ્યું કે પ્રધાનમંત્રીના અંગત કર્મચારી હોવાથી પોતાના પદનો ખોટો ઉપયોગ કરીને આવી રીતનું બિન કાયદેસર કામ કરવું ગેરવાજબી છે.

તેમણે ગૃહ મંત્રાલયને પણ જાણ કરી જેથી ક્ષેત્રિય પરિવહન કાર્યાલયના અધિકારીઓ આ સંબંધમાં યોગ્ય કાર્યવાહી કરી શકે. શાસ્ત્રીજીએ કહ્યું કે દેશના નિયમોનું ઉલ્લંઘન પ્રધાનમંત્રી નિવાસમાં જ ખુલ્લી રીતે થઈ રહ્યું છે અને ગઈ રાતે જ્યારે મેં એમને ડ્રાઈવિંગ લાઈસન્સ બતાવ્યું, એ જોઈને જ તેઓ અસ્વસ્થ લાગ્યા.

તેમણે બધા જ સંબંધિત અધિકારીઓને જણાવ્યું કે લાઈસન્સ જે વ્યક્તિના નામે આપવામાં આવ્યું છે તે લાઈસન્સ મેળવવાની વયમર્યાદા ધરાવતા નથી. આ લાઈસન્સ પરીક્ષા આપ્યા વગર આપવામાં આવ્યું છે,જે તદ્દન અયોગ્ય છે. શ્રી કૈલાશ નારાયણ અને આર.ટી.ઓ અધિકારીને પોતાના આ ખોટા નિર્ણથી શરમ અનુભવાઈ. તેમણે પોતાની ભૂલ માટે માફી માગી.

બુદ્ધિસાર:

શાસ્ત્રીજી એવું માનતા હતા કે દેશના કાયદાનું સન્માન અને પાલન કરવું એ દેશના દરેક નાગરિક માટે બહું જ જરૂરી છે. સત્તાધારી લોકો માટે એ વધારે જરૂરી હોવું જોઈએ. કાયદાથી ઉપર કોઈ હોતું નથી અને કાયદામાં કોઈની માટે કોઈ છૂટ નથી હોતી. ભલે પછી તે કોઈ પણ વ્યક્તિ હોય.

પોતાના આ નિર્ણયથી એવો સંદેશ આપવા માગતા હતા કે ઊંચા પદ પર બેઠેલા લોકો અને એમનાં બાળકોને ખુશ કરવા માટે કાયદાને તોડવો કે મરોડવો કોઈ પણ કિંમતમાં સ્વીકાર્ય નથી. આ જ કારણે તેમણે આ ઘટનામાં કાયદો તૂટતો જોયો તો એમણે તરત જ એના પર સુધારાત્મક કાર્યવાહી કરી.

તેમનું માનવું હતું કે ગુનો કરવા માટે બીજાને પ્રોત્સાહિત કરવો એ કાયદાને પોતાના હાથમાં લેવા જેટલું જ ગંભીર છે અને સજાપાત્ર છે.

દુર્ભાગ્યવશ આજના આ યુગમાં આનાથી તદ્દન વિપરિત થઈ રહ્યું છે. દેશના સત્તાધારી લોકો જ દેશના કાયદાનો અમલ કરતા નથી. તેઓ હંમેશા નિયમો અને કાયદાઓનું ઉલ્લંઘન કરવામાં ગૌરવ અનુભવતા હોય છે. છતાં પણ તેઓ એવી આશા રાખે છે કે સામાન્ય પ્રજા દરેક કાયદાનું પાલન કરે અને તેઓ એ પણ માને છે એવું ન થવાથી એમને દંડ કરવો જોઈએ. મોટા ગુનેગારો નાના ગુનેગારોનો બલિ ચઢાવી પોતે ખુલ્લે આમ ફરી રહ્યા હોય છે.

ભારતીય જીવન મૂલ્યો

(સમયઃ ૧૯૬૪ની આસપાસ)

જ્યારે પંડિત નેહરુ દેશના પ્રધાનમંત્રી હતા, તો તેઓ સામાન્ય રીતે ભારતમાં બનેલી કારમાં જ યાત્રા કરતા હતા, જેનું નામ હિન્દુસ્તાન-૧૪ હતું, જે પાછળથી હિન્દુસ્તાન એંબેસેડર નામથી ઓળખાતી હતી.

જાય છે તો કાર કેમ બદલે છે? પંડિતજીએ જવાબ આપ્યો કે તેઓ વિદેશી ગણમાન્ય વ્યક્તિઓને એવું દેખાડવા માગે છે કે ભારતીય પ્રધાનમંત્રી પણ કેડિબેક કારમાં ફરી શકે છે.

નેહરુજી પછી ૧૯૬૪માં જ્યારે લાલ બહાદુર શાસ્ત્રી દેશના બીજા પ્રધાનમંત્રી બન્યા તો તેઓ દરેક પ્રયોજન માટે ઍંબેસેડર કારનો જ ઉપયોગ કરતા હતા. ત્યાં સુધી કે વિદેશી સરકારી અધ્યક્ષો કે સરકારી અધિકારીઓના સ્વાગત માટે હવાઇ મથકે કૅડલિક કારનો ઉપયોગ નહોતા કરતા. જ્યારે આ વાત મારા ધ્યાનમાં આવી ત્યારે મેં એમને પૂછી જ લીધું કે તેઓ પણ પંડિતજીની જેમ કેમ નથી કરતા? શાસ્ત્રીજીએ જવાબ આપ્યો કે, ‘‘પંડિત નહેરુ એક મહાન વ્યક્તિ હતા અને એમની બરાબરી બહુ જ અઘરી છે. જ્યારે વિદેશી મહાનુભાવોને એ ખબર પડે કે ભારતીય પ્રધાનમંત્રી ભારતમાં બનેલી એક કારમાં ફરી રહ્યા છે તો એ બાબતમાં શું વિચારે છે એનાથી મને કોઇ ફરક પડતો નથી.’’

બુદ્ધિસાર:

કૅડલિકનો ઉપયોગ નેહરુજી પોતાની જાતને તથા પોતાના દેશને મહેમાનોની તુલનામાં લાવી રહ્યા હતા. શાસ્ત્રીજીને એનાથી કોઇ ફરક પડતો નથી કે એમના પાસે શું છે? એમને માત્ર એનાથી જ ફરક પડે છે કે તેઓ શું છે? આજની પેઢીને ચકાચૌંધભર્યા બજારમાંથી મોંઘી બ્રાન્ડની ખરીદી કરીને પોતાની ઓળખાણ પાડવાની અપેક્ષા, પોતાની હેસિયત અનુસાર જીવવું શીખવું આવશ્યક છે.

મારાં દાદી મા

લાલ બહાદુર શાસ્ત્રીએ માત્ર બે વર્ષની ઉંમરમાં પિતાની છત્રછાયા ગુમાવી હતી. એમની ઉછેરની સંપૂર્ણ જવાબદારી એમની માતા એટલે કે મારાં દાદી રામદુલારી દેવી પર આવી પડી હતી. મારા દાદાજીનું અવસાન ૨૮ વર્ષની ઉંમરમાં જ થઇ ગયું હતું. એ સમયે મારાં દાદી ૨૩ વર્ષનાં હશે. એવી કલ્પના કરવી પણ મુશ્કેલ છે કે આટલી નાની ઉંમરમાં મારાં દાદીએ પોતાના પુત્ર લાલ બહાદુર શાસ્ત્રીને તથા એમની મોટી બહેન કૈલાશ દેવી જે એ સમયે માત્ર ચાર વર્ષના હતા એમનું પાલન પોષણ કરવાની જવાબદારી પોતાના શીરે કઈ રીતે લીધી હશે! આ ઉપરાંત થોડા મહિના પહેલાં તેઓ બીજા એક સંતાનની માતા બનવાનાં હતાં. એમનું ત્રીજુ સંતાન પુત્રી હતી. જેનું નામ સુંદર દેવી રાખવામાં આવ્યું હતું. આમ શાસ્ત્રીજીને એક મોટી અને એક નાની બહેન હતી.

નાની ઉંમરમાં એક વિધવાના રૂપમાં બધા જ પ્રકારનાં વિઘ્નો સહન કરીને રામદુલારી દેવી ખૂબ જ સારી રીતે સંતાનોનો ઉછેર કરવામાં સફળ રહ્યાં હતાં. સંતાનોને એક સારી વ્યક્તિ તથા દેશના પ્રામાણિક નાગરિક બનાવવા માટે પૂરતા પ્રયત્નો કર્યા. તેઓ તેમની બંને પુત્રીઓના લગ્ન પ્રતિષ્ઠિત પરિવારોમાં કરાવામાં પણ સફળ રહ્યાં. એમના સંતાનોએ જવાબદારીવાળાં પદો પર રહીને પોતાનું જીવન ખુશીથી વિતાવ્યું. વાસ્તવમાં સુંદરી દેવીના પુત્રને આઇ.એ.એસ. માટે પસંદ કરવામાં આવ્યા હતા અને એમને બિહાર

કેડર સોંપાઈ હતી.

મારા પિતા લાલ બહાદુર શાસ્ત્રીનું પાલન પોષણ એમની માતાએ એટલી સારી રીતે કર્યું હતું કે જેના કારણે તેમને અભ્યાસમાં સફળતા મળી હતી. લાલ બહાદુર શાસ્ત્રી પાંચ ભાષાઓ હિંદી, અંગ્રેજી, સંસ્કૃત, ઉર્દૂ અને પારસીમાં પારંગત હતા. તેમણે કાશી વિદ્યાપીઠ વારાણસીથી શાસ્ત્રીની પદવી મેળવી છે. તેમણે સ્વતંત્રતા આંદોલનમાં ઉત્સાહથી સક્રિય રીતે ભાગ લીધો હતો. આઝાદી પછી ૧૯૬૪માં ભારતના બીજા પ્રધાનમંત્રી બન્યા હતા. જે દિવસે તેમણે પ્રધાનમંત્રી પદના શપથ લીધા ત્યારે મારાં દાદીમા વારાણસીમાં હતાં. જ્યારે પત્રકારો મારાં દાદીને, એમનો દીકરો પ્રધાનમંત્રી બન્યો એની શુભેચ્છાઓ આપવા ગયા ત્યારે તે પવિત્ર ગંગા નદીના કિનારે પૂજા કરી રહ્યાં હતાં. પત્રકારોએ એમને પૂછ્યું કે પોતાના દીકરા પાસેથી શું અપેક્ષા છે ? તેમણે માત્ર એટલું જ કહ્યું મારી મારા પુત્રને એટલી જ સલાહ છે કે તે પોતાના દેશવાસીઓના સન્માન અને ગૌરવની સાથે ક્યારેય બાંધ છોડ ન કરે. આટલું બોલતાં બોલતાં એમના ગાલ પર ખુશીનાં આંસુ ટપકી પડ્યાં અને એ જ સાંજે તેઓ પોતાના પુત્રની સાથે રહેવા જવા માટે નવી દિલ્હીની ટ્રેનમાં ઉપડી ગયાં.

બુદ્ધિસારઃ

હોવર્ડ ગાર્ડનરે કરેલું એક સંશોધન મને યાદ છે. જેમાં ભવિષ્યના નેતાઓને પરિભાષિત કરતા પ્રારંભિક રાષ્ટ્ર નિર્માતાઓનું વર્ણન કર્યું છે. એમનું માનવું હતું કે નેતા તે હોય છે જેમણે પોતાના જીવનના આરંભમાં જ નિષ્ફળતાઓ તથા વિષમ પરિસ્થિતિઓનો અનુભવ કરી લીધો હોય છે. કેટલાક મહાન નેતાઓએ બાળપણમાં જ

પોતાના પિતાને ગુમાવ્યા હતા. આ પરિસ્થિતિ દુર્ભાગ્યપૂર્ણ હોવા છતાં બાળકોને જવાબદાર તથા પરિપક્વ બનાવે છે તેઓ પોતાની જાતને પોતાના પરિવારના વડીલ તરીકે માનવા લાગે છે. તેઓ પોતાના પિતાના સ્થાને ગોઠવાઈ જાય છે, જે હવે આ દુનિયામાં નથી. શાસ્ત્રીજીએ પણ કદાચ એક વડીલની જવાબદારી પોતાના માથા પર લઈ એને એટલી કુશળતાથી નિભાવી કે એક દિવસ તેઓ રાષ્ટ્રના સંરક્ષક વાલી બન્યા.

ત્રીજી જાન્યુઆરીનો એ દુર્ભાગ્યપૂર્ણ દિવસ

(સમય : ૧૯૬૬ ની આસપાસ)

શાસ્ત્રીજી તાશ્કંદ ગયા એ સમય પહેલાંની આ વાત છે. જ્યારે મેં એમની સાથે એક ફોટો પડાવવા માટે વિનંતી કરી હતી. ખૂબ નવાઈની વાત હતી કે ત્યાં સુધી મારો એકલાનો ફોટો એમની સાથે કોઈ ફોટો નહોતો. તેમણે મારી માતાને બોલાવી અને અમારો ત્રણેયનો સાથે એક ફોટો પડાવ્યો. જ્યારે ફોટો કાઢીને આવ્યો ત્યારે તેમણે પોતાના હસ્તાક્ષરમાં મને શુભેચ્છાઓ લખી આપી, જેને મેં મારી પાસે સાચવીને રાખ્યો છે.

બહું ઓછા લોકોને આ વાતની ખબર છે કે વાસ્તવમાં મારી માતાને પિતાજીની સાથે તાશ્કંદ જવું હતું, પરંતુ કોઈ આકસ્મિક કારણસર તે એમની સાથે નહોતી ગઇ એટલે પછી મારું જવાનું નક્કી થયું, પરંતુ મને ખબર નથી કે જવાના એક દિવસ પહેલા મારું જવાનું પણ મુલતવી રહ્યું. એ વખતે મને ખૂબ માઠું લાગ્યું કારણ કે મેં મારા બધા મિત્રોને કહી રાખ્યું હતું કે હું સોવિયત સંઘ જઇ રહ્યો છું. મારા માટે એ શાનદાર દેશની પહેલી સફર હતી. પિતાજીએ મને બોલાવીને નિરાશ ન થવા માટે જણાવ્યું અને વચન આપ્યું કે તેઓ એમની આગામી અમેરિકાની યાત્રામાં મને જરૂર સાથે લઈને જશે. આનાથી મને થોડો સંતોષ જરૂર થયો છતાં હું નિરાશ અને નાખુશ હતો.

એટલે જ હું એમને દિલ્હી હવાઈ મથકે મૂકવા પણ નહોતો

ગયો. જો કે અમારું કુટુંબ એમને તાશ્કંદની સફર માટેની શુભેચ્છાઓ આપવા હવાઇ મથકે ગયું હતું. આ ત્રીજી જાન્યુઆરી, ૧૯૬૬ની વાત છે, જ્યારે શાસ્ત્રીજીને સવારે સાત વાગે તાશ્કંદની એ દુર્ભાગ્યપૂર્ણ યાત્રા માટે પ્રસ્થાન કરવાનું હતું. હું એ સમયે જાગી રહ્યો હતો, અને બેચેનીથી મારી પથારીમાં પડખાં ફેરવી રહ્યો હતો. તેઓ મારી પથારી પાસેથી પસાર થયા અને હસતાં હસતાં મારી સામે જોયું, પ્રેમથી મને વહાલ કર્યું. અને પછી ચાલી નીકળ્યા. એ જ ક્ષણો હતી જ્યારે પિતાજીને મેં છેલ્લી વાર જોયા હતા. મને ક્યાં ખબર હતી કે તેઓ મને બીજીવાર સાંત્વના નહીં આપી શકે, હસતાં હસતાં મારી સામે ક્યારેય જોઇ નહીં શકે, અને મને પ્રેમથી વહાલ પણ નહીં કરે.

બુદ્ધિસારઃ

આપણે આપણી યોજનાઓ વિશે બીજાને વાત કરવી જોઈએ નહીં. કારણ કે જો યોજનાઓ પૂરી ન થઈ શકે તો આપણામાં નિરાશાની ભાવના વધી જાય છે. એ સિવાય એ લોકોમાં આપણી છબી એક નબળી વ્યક્તિની બની જાય છે, જેની સાથે આપણે પોતાની નિષ્ફળ યોજનાની વાત કરીએ છીએ.

આ ઉપરાંત વ્યક્તિએ કોઇ ભાવનાત્મક મહત્વપૂર્ણ પળને ગુમાવવી ન જોઈએ. જીવનની અનિશ્ચિતતા જોતાં એવું કહેવાય કે વ્યક્તિ વિશેષની સાથે વિતાયેલી વિશેષ ક્ષણો છેલ્લી પણ હોય.

વિભાગ - ૨

આપણા પરસ્પરના સંબંધોને અસર કરતાં મૂલ્યો.

જો તમારી ભાવનાત્મક ક્ષમતાઓ પર તમારું નિયંત્રણ નથી, જો તમારામાં આત્મ જાગૃતિ નથી, જો તમે તમારી દુ:ખદ ભાવનાઓ માટે સક્ષમ નથી, જો તમારા સંબંધો શક્તિશાળી નથી તો તમે ગમે તેટલા પણ બુદ્ધિમાન કેમ ન હોવ, તમે કોઈ વિશેષ ભાગ્ય-નસીબ સુધી પહોંચવામાં સફળ નથી થઈ શકતા.

ડેનિયલ ગોલમેન

લાલ બહાદુર શાસ્ત્રીને વાસ્તવમાં બધાની જ ચિંતા રહેતી હતી અને એમના મનમાં સૌ કોઈ માટે કરૂણા ભાવ હતો. તેઓ અત્યંત સુંદર રીતે પરસ્પરના સંબંધો જાળવવામાં કુશળ હતા. એમાં કોઈ શંકા નથી કે તેમના જીવનમાં બધાં ક્ષેત્રોના અને દરેક ઉંમરના વર્ગના લોકોને તેમનાં પ્રેમ તથા લાડ મળ્યાં.

આ વિભાગમાં નોંધાયેલી ઘટનાઓથી આપણને જાણવા મળે છે કે બીજાને પ્રભાવિત કરવા માટે આપણે આપણું આચરણ કેવું રાખવું જોઈએ ?

લાલ બહાદુર શાસ્ત્રી કેટલીક સમસ્યાઓને અત્યંત સમજદારી

પૂર્વક ઉકેલવામાં સફળ રહ્યા હતા, અને કોઈની ભાવનાઓને ઠેસ પહોંચાડ્યા વગર અત્યંત દ્રઢતા અને સરસ રીતે આ બધું કરી શક્યા હતા. આ એક સાહસિક નેતાની સાચી વાત છે, જે હંમેશા બીજાને પોતાનાથી ઉપર માને છે.

અસરકારક કાર્યપ્રણાલિ અને પદ્ધતિઓ

(સમયઃ ૧૯૪૫ની આસપાસ)

ઉત્તર પ્રદેશમાં પ્રાંતીય વિધાનસભાની ચૂંટણી ૧૯૪૫ના અંતમાં યોજવામાં આવી હતી. આ ચૂંટણીમાં કોંગ્રેસને ભારે બહુમતી મળી હતી. શ્રી ગોવિંદ વલ્લભ પંત સર્વાનુમતે કોંગ્રેસ વિધાનસભા દળના નેતા તરીકે ચૂંટાયા હતા અને તેમને ઉત્તર પ્રદેશના મુખ્યમંત્રી બનાવાયા હતા. પંતજી કોંગ્રેસ કાર્યકારી સમિતિના સભ્ય પણ હતા, જે

સંગઠનમાં નિર્ણય લેવા માટેનું સર્વોચ્ચ સ્થાન હતું. શ્રી જવાહરલાલ નેહરુને તેમના પર પૂર્ણ ભરોસો હતો.

ત્યારે ગોવિંદ વલ્લભ પંતને સંસદીય સચિવની જરૂર હતી. જેની લાયકાત એવી હોવી જોઈએ કે તે સક્ષમ હોવાની સાથે સાથે વિશ્વાસપાત્ર પણ હોવો જોઈએ. આ બંને બાબતોને ધ્યાનમાં રાખીને તેમણે લાલ બહાદુર શાસ્ત્રીની પસંદગી કરી હતી. શાસ્ત્રીજીએ પોતાની જવાબદારી અસરકારક રીતે અદા કરીને પંતજીની આશા જાળવી રાખી હતી. આ કાર્ય દરમિયાન શાસ્ત્રીજી પંતજીની અત્યંત નજીક પહોંચી ગયા હતા. સ્વતંત્રતા મળ્યા પછી તેમને એમના મંત્રીમંડળમાં ઉત્તર પ્રદેશના ગૃહ તેમજ પરિવહન મંત્રી નિમવામાં આવ્યા હતા.

પંતજી શાસ્ત્રીજીનું વર્ણન આકર્ષક, પરિશ્રમી, સમર્પિત, વિશ્વસનીય અને બિનવિવાદાસ્પદ વ્યક્તિ તરીકે કરતા હતા.

પંતજીને પોતાની કચેરીમાં મોડા સુધી કામ કરવાની ટેવ હતી અને આજ ટેવ લાલ બહાદુર શાસ્ત્રીમાં પણ હતી. એનાથી વિરૂદ્ધ અન્ય મંત્રી તથા સંસદીય સચિવ સામાન્યતઃ સાંજે કાર્યાલયનો સમય પૂરો થતાં જ પોતાનું કામ બંધ કરી દેતા હતા. પરંતુ શાસ્ત્રીજીનું કામ ત્યારે બંધ થતું જ્યારે તેઓ પંતજીની સાથે તેમની કારમાં બેસીને ઘરે પાછા આવતા. આનાથી એમના રાજકીય સંબંધો પણ વધી ગયા.

બુદ્ધિસારઃ

એક નેતાની સાચી ઓળખાણ બે સ્તર પર થાય છે. એક સાચો નેતા તકની રાહ નથી જોતો, તક ઊભી કરે છે. બીજું, તે પ્રત્યેક તકનો સદુપયોગ કરે છે.

ઉપરોક્ત ઘટનામાં ઉત્તર પ્રદેશના મંત્રીમંડળમાં ગોવિંદ

વલ્લભ પંત પછી બીજા સૌથી અગત્યના વ્યક્તિ બનવું શાસ્ત્રીજી માટે એક તક પણ હતી અને એક સન્માન પણ. પોતાના બોસ તથા /અથવા/અર્થાત પંતજીની સાથે નીકટતા ઊભી કરવી એમના માટે એક મોકો હતો, જેનો એમને લાભ મળ્યો. જો કે એના માટે એમને કાર્યાલયમાં મોડા સુધી કામ કરવું પડતું હતું.

જુદા જુદા અભ્યાસ પરથી જાણવા મળે છે કે જો તમે તમારા બોસ સાથે મોડા સુધી કામ કરીને એમને સહયોગ આપો છો, તો બોસ સાથેના તમારા સંબંધો સારા રહે છે. અને તેનાથી તમને તમારા કાર્યાલયમાં એક પ્રકારની તાકાત પ્રાપ્ત થાય છે.

ખરેખર આજના બદલાઈ રહેલા વાતાવરણમાં કર્મચારીઓ માટે એ જરૂરી નથી કે તેઓ મોડા સુધી પોતાના બોસની સાથે કામ કરે. આજ એમની પાસેથી એ અપેક્ષા રાખવામાં આવે છે કે તેઓ તેમને આપવામાં આવેલા લક્ષ્યને દ્રઢતાપૂર્ણ પૂરું કરે. જેના માટે સમયની કોઈ મર્યાદા નથી હોતી.

સંકટ પ્રબંધક

(સમય : ૧૯૫૦ની આસપાસ)

લાલ બહાદુર શાસ્ત્રી ઉત્તર પ્રદેશના ગૃહમંત્રી હતા એ દરમિયાન તેઓ એકવાર ભારત અને ઇંગ્લેંડ વચ્ચે યોજાયેલી ક્રિકેટ મેચ જોવા ગયા. યુનિવર્સિટીના વિદ્યાર્થીઓ પણ એ મેચ જોવા આવ્યા હતા

અને એમના માટે એક અલગ જગ્યા ફાળવવામાં આવી હતી. કોઇ કારણવશ યુનિવર્સિટીના વિદ્યાર્થિઓ અને ગ્રીન પાર્ક ક્રિકેટ સ્ટેડિયમમાં ફરજ બજાવી રહેલા ઉત્તર પ્રદેશના પોલીસ કર્મચારીઓ વચ્ચે મારામારી થઇ.

વિદ્યાર્થીઓ બહુ જ તોફાન કરી રહ્યા હતા અને બૂમાબૂમ કરી રહ્યા હતા. ત્યાં એટલી ઘાંટાઘાટ અને તોફાન વધી ગયું કે રમતને અધવચ્ચે રોકવી પડી. ત્યારે શાસ્ત્રીજી એમની પાસે ગયા અને એમની સમસ્યાઓ વિશે પૂછ્યું. વિદ્યાર્થીઓએ કહ્યું અમારી સમસ્યા બીજી કોઇ નહીં યુ.પી.ની પોલીસ જ છે. તેઓ રમત ત્યારે જ શરૂ કરવા દેશે જ્યારે ખાખી વર્દીવાળા સ્ટેડિયમમાંથી બહાર જશે. થોડી વાર વિચાર કરીને શાસ્ત્રીજીએ તેમને કહ્યું કે આવતી કાલથી તમને ખાખી વર્દીવાળા લોકો સ્ટેડિયમમાં દેખાશે નહીં, માટે અત્યારે મેચની રમત શરૂ કરવા દો.

બીજા દિવસે મેચ પોતાના નક્કી કરેલા સમયે શરૂ થઇ ગઇ, પરંતુ કેટલીક જ મિનિટોમાં વિદ્યાર્થીઓએ બૂમો પાડવાનું શરૂ કરી દીધી. શાસ્ત્રીજી ફરી એમની પાસે ગયા અને એમની મુશ્કેલી વિશે પૂછ્યું. વિદ્યાર્થીઓએ કહ્યું કે અમને કાલે એવી ખાતરી આપવામાં આવી હતી કે આજે મેદાનમાં કોઇ પોલીસ નહીં હોય, પરંતુ આજે તો મેદાનમાં વધારે સંખ્યામાં પોલીસ હાજર છે. શાસ્ત્રીજીએ હસીને જવાબ આપ્યો કે ગઇ કાલે એવું નક્કી થયું કે કોઇ પણ પોલીસ કર્મચારી ખાખી વર્દીમાં નહીં હોય અને આજે તેઓ બધા સફેદ વર્દીમાં છે. આટલું સાંભળતાની સાથે જ વિદ્યાર્થીઓ ખટખડાટ હસી પડ્યા. એમને ખબર પડી ગઇ કે શાસ્ત્રીજી કેટલા હાજર જવાબી છે. તેમણે એ જ વખતે પોતાનું આંદોલન પાછું ખેંચી લીધું અને ક્રિકટ મેચ શરૂ થવા દીધી.

બુદ્ધિસારઃ

કોઈ પણ સમસ્યાનો અંત લાવવો એ એક સારા નેતાનો ગુણ છે. લોકોને એવી ખાતરી કરાવે છે કે દરેક વર્ગનું સન્માન અને ગરિમા જળવાઈ રહે. એક સારો નેતા સમસ્યાનું સમાધાન એવી રીતે કરે છે કે સ્થિતિ બગડે નહીં, પરંતુ એમાં સુધારો થાય.

સફેદ વર્દીમાં પોલિસ કર્મચારીઓને ચાર ગણી સંખ્યામાં હાજર રાખીને શાસ્ત્રીજીએ માત્ર વિદેશી ટીમની સામે દેશનું સન્માન જાળવી રાખ્યું અને ખોટું બોલ્યા વગર પોતાના વ્યવહારની બાંધ છોડ કરવાના સ્વભાવનું મહત્વનો બોધ પાઠ આપ્યો.

પુરૂષોત્તમ દાસ ટંડન અને પંડિત નેહરુ

(સમય : ૧૯૫૨ની આસપાસ)

સન ૧૯૫૨ના વરસમાં ચૂંટણીનો સમય નજીક આવી રહ્યો હતો. આઝાદી પછી દેશમાં આ પહેલી ચૂંટણી યોજાવાની હતી, અને પંડિત નેહરુ એક એવા વિશ્વાસુ અને પ્રભાવશાળી નેતા ઇચ્છતા હતા કે જે સંગઠન તથા એના લોકોથી સારી રીતે પરિચિત હોય. ચૂંટણીને લગતાં કાર્યોની જવાબદારી માટે એમને લાલ બહાદુર શાસ્ત્રીનો વિચાર આપ્યો. એ દિવસોમાં પંડિત ગોવિંદ વલ્લભ પંતના મંત્રી મંડળમાં ઉત્તર પ્રદેશના ગૃહમંત્રી હતા. આ વાત સને ૧૯૫૧ની છે. પંડિતજીએ શાસ્ત્રીજીને પૂછ્યું કે શું તમે પક્ષની કામગીરી સંભાળશો ? જવાબમાં શાસ્ત્રીજીએ તરત જ હા ભણી. શાસ્ત્રીજીએ અખિલ ભારતીય કોંગ્રેસ સમિતિના મહા સચિવના પદનો સ્વીકાર કરવા માટે ઉત્તર પ્રદેશના ગૃહમંત્રી પદેથી રાજીનામુ આપી દીધું. પંડિત નેહરુ એક અન્ય વરિષ્ઠ રાજનેતા પુરૂષોત્તમ દાસ ટંડનની સાથે વૈચારિક મતભેદ હતો. નેહરુ ઇચ્છતા હતા કે શાસ્ત્રીજી જઇને આ વાતનો તાગ મેળવવાનો પ્રયત્ન કરે કે એમને શાસ્ત્રીજીની આ નિમણૂંક પર કોઇ વાંધો નથી ને? શાસ્ત્રીજી ટંડનજીને મળવા ગયા. તેમણે કહ્યું કે, “હું ખુશ છું કે જવાહરલાલ એક બુદ્ધિમત્તા પૂર્ણ નિર્ણય લઇ રહ્યા છે.”

આ પરથી આપણે જાણી શકીએ છીએ કે લાલ બહાદુર શાસ્ત્રી કોંગ્રેસ સંગઠનના બધા જ સ્તરના લોકો સ્વીકાર્ય હતા. આ જ કારણે તેઓ પક્ષ તથા એના લોકોને બહુ જ સારી રીતે જાણતા હતા.

બુદ્ધિસાર:

એવું કહેવાય છે કે કોઈ પણ વ્યક્તિ એક સાથે પોતાના બે સ્વામીને ખુશ નથી કરી શકતી. આ વાક્ય સાધારણ વ્યક્તિ માટે તો ઠીક છે, પરંતુ શાસ્ત્રીજી જેવી વ્યક્તિ માટે ક્યારેય નહીં, જે ખરેખર સાધારણ વ્યક્તિ નહોતા. એમના વિચારો તથા કાર્યોની પવિત્રતા અને એમની નિષ્કપટતાને કારણે એમના કટ્ટર વિરોધી નેતા એક સરખી રીતે એમનો વિશ્વાસ કરતા હતા.

લોકોને નિયંત્રિત તથા સંગઠિત કરવાની કળા

(સમય : ૧૯૫૮ની આસપાસ)

શાસ્ત્રીજીએ વ્યવસ્થાપન, સંચાલનનું કોઇ ઔપચારિક શિક્ષણ લીધું નહોતુ. છતાં લોકોને નિયંત્રિત તથા સંગઠિત કરવાની કળા કુદરતી રીતે એમનામાં હતી.

એક વાર એમનો એક અધિકારી એમની પાસે આવ્યો. કહેવાય છે કે એને જે કામ સોંપવામાં આવ્યું છે તે સમજવામાં અને કરવામાં એને મુશ્કેલી પડી રહી છે. વળી, એને સોંપાયેલું કાર્ય અતિ આવશ્યક હતું. શાસ્ત્રીજીની જગ્યાએ બીજો કોઇ હોત તો આ બાબતને અધિકારીની અક્ષમતા માનત અને એની પાસેથી એ કામ પાછું લઇને બીજા અધિકારીને સોંપી દેત, પરંતુ શાસ્ત્રીજીએ એવું ન કર્યું કારણ કે એમનામાં માનવ સંચાલનની ભરપૂર સમજણ હતી. તેમણે તેમનો પૂરતો સમય આપીને એની મુશ્કેલી સમજવાનો પ્રયત્ન કર્યો, એને પોતાનો દ્રષ્ટિકોણ સમજાવ્યો કે આ પ્રકારનાં કાર્યો કેવી રીતે કુશળતા પૂર્વક કરી શકાય. શાસ્ત્રીજી પાસેથી એ કામને બરાબર સમજી લેવાથી, એને પ્રોત્સાહન મળતા એણે મર્યાદિત સમયમાં એ કાર્ય પૂરું કરી બતાવ્યું એ પણ શાસ્ત્રીજીને પૂરો સંતોષ થાય એ રીતે .

બુદ્ધિસાર:

એક સાચા નેતામાં એવો ગુણ હોય છે કે તે પોતાના આધિન કામ કરવા વાળાની સમસ્યાઓ સમજવાનો પ્રયાસ કરે છે. એને ઉકેલે છે અને ઇચ્છિત પરિણામ મેળવવા માટે એ સમસ્યાને સમજવાનો પ્રયત્ન કરે છે. શાસ્ત્રીજી પોતાના સ્ટાફ તથા નીચેના સભ્યોની ભાવનાઓ તથા એની કાર્યશૈલીને બહુ જ સારી રીતે સમજતા હતા અને એમના કહેતા પહેલાં જ તેઓ એમની જરૂરિયાતો માપી લેતા હતા.

પ્રેરણાદાયી વ્યક્તિ

(સમય : ૧૯૫૮ ની આસપાસ)

મીનૂ મસાની સ્વતંત્ર પક્ષના સંસદસભ્ય હતા અને તેઓ ૧૯૩૫થી જ એટલે કે લાંબાગાળાથી લાલ બહાદુર શાસ્ત્રીના પરિચયમાં હતા. એમની ધારણા એવી હતી કે શાસ્ત્રીજી એક એવા વિનમ્ર, સદાચારી વ્યક્તિ હતા, જે વિલક્ષણ બુદ્ધિ તથા પ્રતિભા સંપન્ન હતા.

જવાહર લાલ નેહરુએ ૧૯૩૦માં પોતાના નિવાસ સ્થાને આનંદ ભવનમાં શાસ્ત્રીજીને મીનૂ મસાની સાથે ઓળખાણ કરાવી હતી. એ પછી અલહાબાદના પોતાના પ્રવાસ દરમિયાન શ્રી મસાનીને લાલ બહાદુર શાસ્ત્રીને મળવાની કેટલીક તકો પ્રાપ્ત થઈ. વચમાં કેટલોક સમય એમનો સંપર્ક જાણે તૂટી ગયો હતો, પરંતુ જ્યારે શાસ્ત્રીજી શ્રી જવાહરલાલ નહેરુના મંત્રી મંડળમાં કેન્દ્રીય મંત્રી બન્યા, ત્યારે એમને ફરીથી મળવાનું બન્યુ. જ્યારે શાસ્ત્રીજી પર્યટન મંત્રી હતા ત્યારે મીનૂ મસાનીએ લોકસભાના પોતાના એક ભાષણમાં પર્યટન ક્ષેત્રમાં સરકારની રૂચિ ઓછી છે એવી ટિપ્પણી કરી હતી. લોકસભામાં થયેલી આ ચર્ચા પછી શાસ્ત્રીજીએ પોતાના સચિવને પુછ્યું તમે મીનૂ મસાણીને ભાષણ પહેલાં વિષયની બધી જાણકારી આપી હતી ને? અધિકારીએ હા પાડી. શાસ્ત્રીજીએ એટલું જ કહ્યું કે બહુ જ સરસ, આ એક સમીક્ષાત્મક પરંતુ ઉત્કૃષ્ટ ભાષણ હતું અને હું ખુશ છું કે તમે એમને ભાષણ તૈયાર કરવામાં મદદ કરી. હવે પછી મને પણ સબંધિત વિષયોની જાણકારી આપી રાખજો.

બુદ્ધિસાર:

લાલ બહાદુરને એ વાતની પૂરતી સમજણ હતી કે સંકોચ અને નિખાલસતામાં કેવા પ્રકારનું સંતુલન જળવાવું જોઈએ. આજ કારણે ક્યારેય એમના વિભાગની

વિશ્વસનિયતા પર કોઈ પ્રશ્ન ન ઉઠ્યા. એટલે જ તેમણે પોતાના સચિવને કહ્યું હવે પછી મને પણ જે તે વિષયોની જાણકારી આપી રાખજો.

વાણિજ્ય મંડપમાં ભાષણ

(સમય : ૧૯૫૯ ની આસપાસ)

શાસ્ત્રીજી એક વાર્તાકાર તરીકે સફળ રહ્યા, એનું મુખ્ય કારણ એ હતું કે એમનામાં બીજાનો દ્રષ્ટિકોણ સમજવાની અને પ્રોત્સાહિત કરવાની યોગ્યતા હતી. તેઓ કાયમ બીજાની ભાવનાઓ પ્રત્યે પૂરતું સન્માન દાખવતા હતા. એમને ઓળખતા હોય એવા લોકોને એવું લાગતું કે શાસ્ત્રીજીએ ક્યારેક ક્યારેક કઠોર થવું જોઇએ, પરંતુ તેઓ એટલા સક્ષમ હતા કે પોતાની કાર્યશૈલીથી કોઇ પણ સમસ્યાનું સમાધાન લાવતા હતા. એમના વિશેષ મદદનીશ આઇ.એ.એસ. શ્રી રાજેશ્વર પ્રસાદ એમની વાતચીત કરવાની કળાનું એક દ્રષ્ટાંત આપે છે. નીચેનું અવતરણ લાલબહાદુર શાસ્ત્રી પર રાજેશ્વર શાસ્ત્રીએ લખેલા પુસ્તકમાંથી લેવાયું છે.

"જ્યારે શાસ્ત્રીજી વાણિજ્ય તથા ઉદ્યોગમંત્રી હતા, ત્યારે એમને વાણિજ્ય મંડલ દ્વારા કોલકાતામાં એક મહત્વપૂર્ણ સમારંભને સંબોધિત કરવાનું આમંત્રણ મળ્યું એનો એમણે સ્વીકાર કર્યો. સામાન્ય પરંપરા એવી હતી કે કાર્યક્રમના અધ્યક્ષને મુસદ્દો પહેલેથી જ મોકલી દેવામાં આવતો હતો. જેના આધાર પર મંત્રાલય મંત્રીશ્રીના ભાષણના મુસદ્દામાં કોઇ સૂચન હોય તો તે આપી શકે, આ બાબતમાં જ્યારે મંડળના અધ્યક્ષના ભાષણનો મુસદ્દો શાસ્ત્રીજી પાસે પહોંચ્યો તો એમા સરકારની

નીતિઓ અને મંત્રાલયની કડવી આલોચના કરવામાં આવી હતી, અને મંત્રીજી માટે પણ આલોચના કરાઇ હતી.

આ મુસદ્દાને જોઈને મંત્રાલયના સચિવ શ્રી એસ. રંગનાથને (જે પાછળથી નિયંત્રક તથા મહાલેખા પરિક્ષક તરીકે નિમાયા હતા) એને મારી પાસે મોકલ્યો. ઉદ્યોગ તથા વાણિજ્યના પ્રભારી બે ઉપરી સચિવ શ્રી એલ.કે. ઝા તથા શ્રી કે.બી.લાલ એમના સહાયક હતા. સચિવે કહ્યું કે વાણિજ્ય તથા ઉદ્યોગ મંત્રીને આમંત્રણ આપીને બોલાવવા અને પછી સરકારના વિરુદ્ધ આવી ટીકાત્મક બાબત કહેવી મંડળના અધ્યક્ષ માટે અત્યંત અશોભનીય હતું અને એ પણ એટલા પ્રભાવશાળી જવાબની સાથે. મેં એ વાતનું ધ્યાન દોર્યું કે મંત્રી માટે કશું પણ પોતાની ઇચ્છા વિરુદ્ધ કહેવું સહેલું નથી, પરંતુ સચિવનું એવું

કહેવું હતું કે આ માત્ર એક વ્યક્તિગત મામલો નથી. આમાં સરકારી નીતિ પણ સામેલ હતી, માટે આનો અસરકારક જવાબ આપવો જોઈએ. મંત્રીજીના સ્વભાવની જાણ હોવાથી મેં ભાષણનો લહેકો જરા નરમ રાખ્યો. જો કે વચ્ચે વચ્ચે કેટલાક તીક્ષ્ણ વાક્યો પણ ઉમેર્યાં.

કોલકતાની મુસાફરીમાં શાસ્ત્રીજી પોતાના માટે તૈયાર કરેલા ભાષણનો મુસદ્દો સાથે લઈ ગયા અને એને સારી રીતે જોઈ ગયા. એ બધાં જ વાક્યોને વારા ફરતી રીતે દૂર કરી દીધા જેમાં કઠોરતા અનુભવાતી હતી. મેં અત્યંત મુશ્કેલી સાથે તેમને જણાવ્યું કે સચિવે મને મંડળના અધ્યક્ષના અત્યાધિક અશોભનીય તથા અયોગ્ય ભાષણની સામે એક પરિપક્વ તથા જોરદાર ભાષણ આપવાની વાત કહી છે. શાસ્ત્રીજી સહેજ મરક્યા અને કહેવા લાગ્યા તમે બધા મોટા અધિકારી છો. જ્યારે તમે તમારા મોટા મોટા ટેબલોની પાછળની ખુરશીમાં બેસો છો ત્યારે તમે સામન્ય માણસનું દુઃખ ભૂલી જાવ છો, પરંતુ હું તો એમાંનો જ એક છું, તો હું કેવી રીતે એમની મુશ્કેલીઓને અવગણી શકું? તમને શું લાગે છે કે આ અધ્યક્ષ ગાંડો છે તો આ રીતે ઝેર ઓકશે? ઉદ્યોગ ભવનની ગલીઓમાં તે અસંખ્ય વાર એક પછી એક દરવાજાને ટકોરા મારતા મારતા પસાર થયા હશે, પરંતુ બની શકે એને જવાબ ન મળ્યો હોય, અને આ પ્રકારે નિરાશા અને હતાશાથી પ્રેરાઈને એનો રોષનો ઉભરો ઠાલવ્યો હોય. હું એની સામે ગુસ્સે કેવી રીતે થઈ શકું? અલબત્ત મને એમના પ્રત્યે સહાનુભૂતિ થવી જોઈએ. એના પછી હું શું કરી શક્યો હોત?

આખરે અધિવેશનનો આરંભ થયો. અમે એવી આશા રાખી હતી કે મંત્રીશ્રીની હાજરીમાં અધ્યક્ષને એટલી સમજણ પડશે કે પોતાના ભાષણમાં તટસ્થા જાળવે. પરંતુ એ અધ્યક્ષ ૩૫ વર્ષનો યુવાન હતો.

એણે ઉત્સાહથી જે કાંઇ પણ લખ્યું હતું તે બધું વાંચી ગયો. એની ભાષા કટાક્ષ અને ઉપેક્ષિત ભરી હતી. જ્યારે મંત્રી જવાબ આપવા માટે ઊઠ્યા તો ત્યાં એકદમ સ્તબ્ધતા પથરાઇ ગઇ, પરંતુ શાસ્ત્રીજીએ શાંતિથી કહ્યું, "તમારા અધ્યક્ષ એકદમ આત્યંતિક રોષ તથા ભાવવેશષમાં આવીને ભાષણ આપ્યું છે. તે એક યુવાન છે. જોશીલા છે અને હું એક પરિપક્વ વ્યક્તિ છું. એટલે હું એમની બરાબરી કરવાનો પ્રયાસ નહીં કરું. પરંતુ હું તમને સાચી હકીકત જણાવવા સુધી જ મારી જાતને સીમિત રાખીશ." આ વાત પર તેઓ તેમનું ભાષણ એકધાર્યું વાંચી ગયા. એમની શૈલી એવી જ હતી: શાંત તથા શાલીન. અને જેવું એમનું ભાષણ પૂર્ણ થયું ત્યારે અમે ત્યાં એક અદ્દભૂત દ્રશ્ય જોયું કે વાણિજ્ય મંડળના સભ્યો એક પછી એક ઊભા થઇ રહ્યા હતા અને મંત્રીજીની માફી માગી રહ્યા હતા તથા પોતાના અધ્યક્ષના ભાષણનું ખંડન કરતા હતા જે મંચ પર બેસીને હાથથી પોતાનો ચહેરો ઢાંકવાના પ્રયત્નમાં ખિન્ન દેખાતા હતા.

બુદ્ધિસાર:

સામાન્ય માણસ અત્યંત પીડા તથા કષ્ટમાંથી પસાર થયા પછી જ સરકારના દરવાજા ખખડાવે છે. એની એ પીડાનો અહેસાસ શાસ્ત્રીજીને હતો. ચેમ્બરના અધ્યક્ષને શાસ્ત્રીજીએ જેવી રીતે અભિવ્યક્તિની સ્વતંત્રતા આપી, તેવી આજના સમયમાં અત્યંત જરૂરી છે.

સરકારી આશાઓ પ્રત્યે સરકારને વધારે જવાબદાર બનાવવા માટે શાસ્ત્રીજીએ પ્રશાસનિક સુધારા આયોગની શરૂઆત પણ કરી.

આજના સમયમાં રાજકારણીઓ તથા નોકરશાહીમાં સામાન્ય જન પ્રત્યે આવી સંવેદનશીલતા ઓછી જોવા મળે છે, બલકે એના સ્થાને અહંકાર, અક્ષમતા તથા ભ્રષ્ટાચાર આજની વ્યવસ્થાના એક અંગ બની ગયા છે.

ચા-પાર્ટી અને સમોસાં

(સમય : ૧૯૬૦ ની આસપાસ)

પંડિત નેહરુ ઘણા રમૂજી સ્વભાવના હતા અને જ્યારે તેમનો

'મૂડ' સારો હોય ત્યારે તો તેઓ કોઈને છોડતા નહીં. એક દિવસ શ્રી ગૂર્જરમલ મોદીએ ચા-નાસ્તા માટે પંડિતજી, શાસ્ત્રીજી અને કૉંગ્રેસના કેટલાક વરિષ્ઠ નેતાઓને મોદીનગર સ્થિત પોતાના નિવાસસ્થાને બોલાવ્યા. પાર્ટી ખૂબ જ શાનદાર હતી અને મોડા સુધી ચાલી. ત્યાં પંડિતજીને મજાક સૂજી અને તેમણે છૂપાઈને બે સમોસાં શાસ્ત્રીજીના ખિસ્સામાં સરકાવી દીધાં. જ્યારે પાર્ટી સમાપ્ત થઈ અને બધા જવા લાગ્યા ત્યારે પંડિતજીએ બધાની સામે શાસ્ત્રીજીની મજાક કરી કે લાલ બહાદુરે ભલે પાર્ટીમાં ઘણાં સમોસાં ખાધાં, પરંતુ તેઓ તો પોતાના ખિસ્સામાં બે સમોસાં નાખીને લઈ જઈ રહ્યા છે.

શાસ્ત્રીજી પણ ગાંજ્યા જાય તેવા નહોતા. તેમણે તરત જ જવાબ આપ્યો કે એ તો મેં બે મહત્ત્વના લોકો માટે રાખ્યા છે. જે જતી વખતે કારમાં મારી પાસેથી લઈ લેશે.

બુદ્ધિસાર:

જ્યારે શાસ્ત્રીજીએ કહ્યું, 'આ બે સમોસાં તો મેં બે મહત્ત્વની વ્યક્તિ માટે રાખ્યા છે જે કારમાં જતી વખતે મારી પાસેથી લઈ લેશે. ત્યારે મોટા ભાગના લોકો એવું માનતા હતા કે એ બે મહત્વની વ્યક્તિ એટલે પંડિતજી અને શાસ્ત્રીજી. ઘણા ઓછા લોકોને ખબર હશે કે એ બે મહત્ત્વની વ્યક્તિ બે ડ્રાઈવરો હતા. શાસ્ત્રીજી જાણતા હતા કે પાર્ટી મોડા સુધી ચાલશે અને ડ્રાઈવરોને ભૂખ લાગશે.

અનુભવ વગરના, પરંતુ યોગ્ય સહાયકો પર વિશ્વાસ

(સમય : ૧૯૬૦ની આસપાસ)

શાસ્ત્રીજી પોતાના સંપર્કમાં આવનારા તમામ લોકોનું સન્માન કરતા હતા. ભલે તેઓ સામાજિક રીતે ગમે તેટલા નાના હોય. તેમણે હંમેશા એમની પ્રામાણિકતા તથા એમના નિર્ણયોમાં વિશ્વાસ રાખતા હતા. એકવાર કોઈ સક્ષમ અધિકારી દ્વારા કોઈ સંકટગ્રસ્ત રાજ્યમાં

તેમને પ્રશાસનિક કાર્યપ્રણાલી તથા કૉંગ્રેસ સંગઠનમાં સુધારો થાય એ માટે નીમ્યા હતા. તેમણે આ મહત્વપૂર્ણ કાર્ય માટે એક અજાણ્યા સંસદસભ્યની નિમણૂક કરી હતી. એટલું જ નહીં, તેમણે એ મદદનીશને એ રાજ્યની સ્થિતિની તપાસ કરવાની મંજૂરી અને રાજ્યમાં ઊભી થયેલી સમસ્યાનુ સમાધાન માટે એમનાં સૂચનો પણ સ્વીકારી લીધાં.

એની આગલી કડી શાસ્ત્રીજીના ચરિત્રના અન્ય એક પાસા તથા કામ કરવાની પ્રણાલીનો પરિચય કરાવે છે. એ રાજ્યની સરકાર તથા સંગઠનના નેતાઓને દિલ્હી બોલાવાયા. એમના ઉપરી સહયોગીએ પોતાના બિનઅનુભવી તથા ઉતાવળ કરીને એવું સૂચન કર્યું કે એમના આ નિર્ણયો વિશે એમને જણાવી દેવું જોઈએ, તથા શાસ્ત્રીજીએ એ નિર્ણયોનો અમલ કરાવવા માટે દિશાનિર્દેશ આપી દેવો જોઈએ. શાસ્ત્રીજીએ પ્રેમથી એમની પીઠ પર પ્રેમથી થાપડ મારતા કહ્યું કે આટલા મહત્વપૂર્ણ મામલમાં ઉતાવળા ન થવું જોઈએ. તેમણે ખાતરી આપી કે તેઓ આ બાબતનું સંચાલન એવી રીતે કરશે કે એમના દ્વારા અપાયેલી સલાહ રાજ્યના નેતા પોતે જ પ્રસ્તુત કરશે. રાતના સાડા દસ વાગે શાસ્ત્રીજી એ ઓરડામાં ગયા, જ્યાં રાજ્યના નેતા એમની રાહ જોતા હતા.

પરોઢિયે ત્રણ વાગે, તેમણે પોતાના સહયોગીને ઢંઢોળીને ઊંઘમાંથી જગાડ્યા અને કહ્યું કે લાંબા સમય સુધી ચાલેલી ચર્ચાને અંતે રાજ્યના નેતાઓએ એ ઉકેલ આપ્યા હતા. જે સહાયકે સૂચવેલા હતા. શાસ્ત્રીજીએ તેનો સ્વીકાર કર્યો હતો. રાજ્યનો સમગ્ર નેતાવર્ગ સંતોષાઈને પાછો ફર્યો હતો. પોતાની વાતને પ્રભાવી રીતે પ્રસ્તુત કરવાની તથા મનાવવાની અને અનુભવમાં કાચા પરંતુ પ્રતિભાશાળી સહયોગીને પ્રોત્સાહિત કરવાની કલા શાસ્ત્રીજીમાં હતી.

બુદ્ધિસારઃ

આ કથાનો પહેલો ભાગ એવું દર્શાવે છે કે મોટાભાગના અધિકારી લોકો પોતાને ત્યાં એવા જ લોકોની નિમણૂંક કરે છે જેમની પાસે સારી ડિગ્રી હોય, સ્પષ્ટ વંશાવળી અને સંગઠનમાં કામ કરવાનો અનુભવ હોય. બહુ જ ઓછા અધિકારી એવા હોય છે જે ઉમેદવારની પ્રતિભા તથા યોગ્યતાના આધાર પર એમને પસંદ કરવાનું સાહસ દાખવે છે. શાસ્ત્રીજી આવા જ નેતા હતા. એ કારણે જ તેમણે એક અજાણ્યા સંસદ સભ્યને મહત્વપૂર્ણ કાર્ય માટે પસંદ કર્યા હતા.

આ પ્રકરણનો બીજો ભાગ વાંચતા માલૂમ પડે છે કે શાસ્ત્રીજીમાં એક સહજ જ્ઞાન હતુ, જેના આધારે તેઓ બીજાની માનસિકતા બહુ જ જલદી સમજી લેતા હતા. એ દ્રષ્ટિએ એમને એક કુશળ મનોવૈજ્ઞાનિક પણ કહી શકાય. તેઓ જાણતા હતા કે પોતાના વિચારને સહજરૂપે કેવી રીતે બીજાના મગજમાં રોપી શકાય, જેથી તે સારી રીતે મૂળીયા પકડી ફળ આપી શકે.

વિચાર રોપવાના કેટલાય પ્રકાર હોય છે. સૌથી પહેલાં, તમારે ધીરજવાન શ્રોતા હોવું જરૂરી છે. જો તમે વાત કરતી વખતે વક્તાની વાતમાં અડચણ ઊભી કરો છો તો એ તમને પૂર્વગ્રહોવાળા વ્યક્તિ સમજી શકે છે. માટે જ એને એની વાત કહી લેવા દો. એને એની ભાવનાઓને અભિવ્યક્ત કરવા દો અને એની વાત શાંતિથી સાંભળો. પછી તમે તમારા પ્રશ્નોના માધ્યમથી એના વિચારોમાં

તમારા વિચારો ઉમેરો અને એને એના મનમાં અંકુરિત થવા દો. આનાથી ઉકેલ આવશે. તે ધીરે ધીરે આ વિચારોને પોતાના માનીને એના પર વિચારવાનું શરૂ કરી દેશે. આ રીતે એનો અહંમ પણ સંતોષાઈ જશે, જેનાથી તે એ પ્રકારના વિચાર પ્રત્યે વધારે અનુગામી થઈ જશે અને આગળ જતાં એને અપનાવશે.

યોગ્ય સમયે યોગ્ય પ્રતિક્રિયા

(સમય : ૧૯૬૦ ની આસપાસ)

લાલ બહાદુર શાસ્ત્રી દેશના વાણિજ્ય તથા ઉદ્યોગ મંત્રી હતા, ત્યારે એમને મોટા વિદ્યુત યંત્રોની સ્થળ સંબંધિત નિર્ણય કરવાનો

હતો. આ યંત્રો સોવિયત સંઘની સહાયતા તથા ટેકનીકલ મદદથી સ્થાપિત થવાનાં હતાં. દેશના કોઇ એક રાજ્યની એવી ઇચ્છા હતી કે આ યંત્રો પોતાના રાજ્યમાં મૂકાય. શાસ્ત્રીજીએ આ બાબતે એક નિષ્પક્ષ નિર્ણય લેવા માટે ટેકનિકલ સમિતિની રચના કરી. જે સંપૂર્ણ રીતે અભ્યાસ કર્યા પછી પોતાની વાત એમની સામે મૂકે. આ સમિતિની અધ્યક્ષતા રેલવે બોર્ડના નિવૃત અધ્યક્ષને સોંપવામાં આવી હતી, જે ઊંચા વિચારો ધરાવતા યોગ્ય વ્યક્તિ હતા.

હૈદરાબાદની હવાઇ યાત્રા દરમિયાન ટેકનિકલ સમિતિના સભ્યો, સમિતિના અધ્યક્ષ અને શાસ્ત્રીજી બધા એક જ વિમાનમાં હતા. એ દિવસોમાં વિમાન આજના જેટલાં મોટાં નહીં નાનાં હતાં. આ વિમાન ૪૪ સીટ વાળું, વાતાનુકૂલિત ટર્બો-પ્રોપ વિસ્કાઉંટ પ્રકારનું હતુ. આજનાં મોટાં વિમાનની સરખામણીમાં આ નાનું હોવાના કારણે સાથી યાત્રીઓની ઉપેક્ષા કરવી શક્ય નહોતી. છતાં અધ્યક્ષ મહોદય તથા સમિતિના સભ્યો, મંત્રીજી સાથે અભિવાદનનો એક પણ શબ્દ બોલ્યા વિના પસાર થઇ ગયા.

એ દિવસે હૈદરાબાદમાં બપોરે એક મોટી જાહેર સભાનું આયોજન કરવામાં આવ્યું હતુ. ટેકનિકલ સમિતિના અધ્યક્ષ તથા સભ્યો પણ ત્યાં હાજર હતા. આંધ્રપ્રદેશના તત્કાલીન મુખ્યમંત્રી શ્રી બ્રહ્માનંદ રેડ્ડીએ પોતાના ભાષણમાં કહ્યું કે એમની સરકાર રાજ્યમાં ભારી વિદ્યુત યંત્રોની સ્થાપના માટે જમીન, પાણી અને વીજળીની સવલત આપશે અને શાસ્ત્રીજીએ આ ભારી યંત્રોની સ્થાપના માટે પોતાની સંમતિ આપી દેવી જોઇએ. આ વાત પર ત્યાં બહુ વાહ વાહ થઇ.

શ્રી લાલ બહાદુર શાસ્ત્રીએ પોતાના ભાષણમાં કહ્યું કે જો આંધ્ર પ્રદેશમાં એક ભારી વિદ્યુત વિભાગની સ્થાપના થશે તો વ્યક્તિગત

રીતે મને ખુશી થન, પરંતુ આ બાબતનો નિર્ણય કરવા માટે એક ટેકનિકલ સમિતિની રચના કરવામાં આવી છે, જે સક્ષમ છે. સમિતિ બધાં જ પાસાંઓની તપાસ કરીને નિષ્પક્ષ અહેવાલ રજૂ કરશે, કારણ એમને એ માટે પૂરતી સ્વતંત્રતા આપવામાં આવી છે.

તેમણે કહ્યું આ બાબતે તમે નિશ્ચિત રહી શકો છો કે "આ સમિતિ દ્વારા રજૂ થયેલો અહેવાલ ઉદ્દેશ્યપૂર્ણ તથા નિષ્પક્ષ હશે. આ સમિતિના અધ્યક્ષશ્રી તથા સભ્યો સવારે હવાઈ મુસાફરીમાં મારી સાથે જ હતા, પરંતુ તેઓ મને મળવા નહોતા માગતા, કારણ તેમને એમ હતું કે હું મારા વિચારોથી એમને પ્રભાવિત કરી શકું" આટલું સાંભળતા જ હાજર સૌ લોકો હસી પડ્યા, પરંતુ સમિતિના અધ્યક્ષશ્રી તથા એમના સહયોગીઓએ આ વાત પર શરમ અનુભવી એવું પાછળથી એમની ટીમના એક સભ્યએ કહ્યું હતું.

બુદ્ધિસાર:

શાસ્ત્રીજીમાં એ ખૂબી હતી કે તેઓ નોકરશાહી પર લગામ કેવી રીતે લગાવી શકાય તે તેઓ જાણતા હતા. તેમણે નાજુક પરિસ્થિતિઓમાં ક્યારેય તરત જ પ્રતિક્રિયા વ્યક્ત નથી કરી. પરંતુ સાચા સમયની રાહ જોઈ અને પછી કેટલીક અગ્રણી વ્યક્તિઓની હાજરીમાં મુસાફરી દરમિયાન પોતાની ઉપેક્ષાનો મુદ્દો રજૂ કર્યો.

મોડી પ્રતિક્રિયા આપવી એ સફળ નેતાઓની અસરકારક ટેકનીક છે. આનાથી વિરોધી સામેની વ્યક્તિ આગળના પગલા માટે ભ્રમમાં રહે છે.

ગઠબંધનની રાજનીતિ

(સમયઃ ૧૯૬૧ની આસપાસ)

એક સમય હતો જ્યારે કેરળમાં કોંગ્રેસના અને પ્રજા સોશાલિસ્ટ પાર્ટીના ગઠબંધનની સરકાર હતી. જો કે કોંગ્રેસ પક્ષના સભ્યોની સંખ્યા વિધાનસભામાં પી.એસ.પી.થી વધારે હતી. છતાં પણ ગઠબંધનની સમજૂતી પ્રમાણે પી.એમ.પી. ના શ્રી પટ્ટમ થાનુ પિલ્લે સરકારનું નેતૃત્વ કરી રહ્યા હતા. આ સરકારમાં કોંગ્રેસ તરફથી શ્રી આર. શંકર ઉપમુખ્યમંત્રી

હતા. ત્યારે બંને પાર્ટી વચ્ચે ગંભીર મતભેદ હતા અને પ્રધાનમંત્રી નેહરુએ આ ગતિવિરોધ દૂર કરવાની જવાબદારી શાસ્ત્રીજીને સોંપી.

આ દાયિત્વ નિભાવવા માટે લાલ બહાદુર શાસ્ત્રી ત્રિવેન્દ્રમ પહોંચ્યા અને રાજ ભવનમાં આખો દિવસ અને પૂરી રાત બંને પક્ષના નેતાઓ સાથે વાતચીત કરી. આ આખી પ્રક્રિયા થકવી નાખે એવી હતી, જે ત્રણ દિવસ અને ત્રણ રાત ચાલી. આ દરમિયાન એમણે એક પછી એક એમ ૪૦૦-૫૦૦ લોકોની વાત સાંભળી હશે. જો કે ઉકેલ રજૂ કરવો એમના માટે અત્યંત મુશ્કેલ હતું, પરંતુ એમના ઉકેલને બંને પક્ષોએ તરત જ સ્વીકારી લીધો. શાસ્ત્રીજી સામે પોતાના મનની વાત કહ્યા પછી એમના વચ્ચેની કડવાશ દૂર થઇ ગઇ.

અને આનું અંતિમ પરિણામ એ આવ્યું કે પટ્ટમ થાનુ પિલ્લે પંજાબના રાજ્યપાલ બનવા સહમત થઈ ગયા તથા સરકારનું નેતૃત્વ કૉંગ્રેસના પોતાના મુખ્યમંત્રીના હાથમાં આવી ગયું.

બુદ્ધિસારઃ

તર્ક-વિતર્ક કરવાથી બચીને ધીરજથી બીજાની વાત સાંભળી અને સારી કાર્યવાહીના માધ્યમથી એમનું દિલ જીતવાનો પ્રયાસ કરો. આ ત્યારે જ સંભવ છે જ્યારે તમે સર્જનાત્મકથી આ વાતને સાબિત કરી શકા છો કે તમે સાચા છો, કોઈ વાદ વિવાદ વગર.

ધીરજથી બીજાની વાત સાંભળવાથી પ્રભાવ પડે છે કે તમે પૂરતા નિયંત્રણમાં છો. એનાથી તમને વિરોધ પક્ષનો વિશ્વાસ મેળવવામાં મદદ મળશે, જેમકે આ બાબતમાં થયું. બધા પક્ષોમાં સર્વસંમતિ સ્થાપિત કરવામાં આ બાબત ઉપયોગી થાય છે.

બે નાયબ નેતાઓ

(સમયઃ ૧૯૬૧ની આસપાસ)

આઝાદી પછી જવાહરલાલ નેહરુએ ભારતના પ્રથમ પ્રધાનમંત્રી પદની જવાબદારી ગ્રહણ કરી અને સરદાર વલ્લભભાઇ પટેલને કોંગ્રેસ સંસદીય દળના ઉપનેતા બનાવાયા એની સાથે સાથે નહેરુ મંત્રીમંડળમાં તેમને ઉપ-પ્રધાનમંત્રી તરીકેની નિમણૂંક કરવામાં આવી હતી. કમનશીબે સરદાર પટેલનું ૧૯૫૦મા અવસાન થયું. એમના સ્થાન પર મૌલાના અબુલ કલામ આઝાદ કોંગ્રેસ સંસદીય દળના ઉપનેતા તરીકે ચૂંટાયા હતા. “દૂધનો દાઝેલો છાછ ફૂંકી-ફૂંકીને પીવે” આ કહેવતનો અમલ નહેરુજી એ કર્યો. એ રીતે પોતાના મંત્રીજમંડળમાં એક અન્ય ઉપ પ્રધાનમંત્રીની નિમણૂંક ઇચ્છતા નહોતા. મૌલાના આઝાદ ૧૯૫૮માં અવસાન પામ્યા, ત્યાં સુધી ઉપનેતા તથા શિક્ષણ મંત્રી તરીકે પદ પર રહ્યા હતા. એમના મૃત્યુ પછી, તત્કાલીન ગૃહમંત્રી પંડિત ગોવિંદ વલ્લભ પંત, જેઓ સંસદીય દળમાં સૌથી વરિષ્ઠ નેતા હતા અને કૉંગ્રેસ સંસદીય દળના ઉપનેતા તરીકે તેમને સર્વસંમતિથી પસંદ કરવામાં આવ્યા હતા.

૧૯૬૧માં જ્યારે ગોવિંદ વલ્લભ પંતનું નિધન થયું ત્યારે મંત્રીમંડળમાં સૌથી વરિષ્ઠ નેતા શ્રી મોરારજીભાઈ દેસાઈ હતા. તેમને કૉંગ્રેસના સંસદીય પક્ષના ઉપનેતા તરીકે નીમવામાં આવ્યા હતા. નેહરુજીના મંત્રીમંડળમાં કેટલાક નેતાઓએ આ બાબતનો વિરોધ

કર્યો હતો જેમાં ટી.ટી. કૃષ્ણમાચારી, શ્રી સી. સુબ્રમણ્યમ, ગુલઝારીલાલ નંદા અને જગજીવન રામ વગેરે હતા. અલબત્ત, લાલ બહાદુર શાસ્ત્રી કે જેઓ પંતજી પછી ગૃહમંત્રીનો હોદ્દો સંભાળ્યો હતો એમણે પહેલેથી જ જાહેર કરી દીધું હતું કે પોતે આ પદની સ્પર્ધામાં સામેલ નહોતા. ઈન્દિરા ગાંધી મંત્રીમંડળમાં નહોતા, પરંતુ ઉપનેતાના રૂપમાં મોરારજી દેસાઈની પસંદગી થઈ તેના તે વિરોધી હતા. તેમણે પોતાના પિતા પંડિત જવાહરલાલ નેહરૂને પણ સ્પષ્ટ રીતે આ બાબત કહી હતી. પંડિતજીએ ઈન્દિરા ગાંધીને લાલ બહાદુર શાસ્ત્રી સાથે વાત કરવા કહ્યું. શાસ્ત્રીજીને એક ઉપાય મળી ગયો હતો. તેમણે કહ્યું કે જુઓ સર્વસંમતિથી ઉપનેતાની પસંદગી થવી એ મુશ્કેલ લાગી રહ્યું છે એટલે કૉંગ્રેસ સંસદીય પાર્ટીમાં એક ઉપનેતાની જગ્યાએ બે ઉપનેતા હોવા જોઈએ. એક લોકસભામાં અને બીજા રાજ્યસભામાં. એમનો એવો પણ પ્રસ્તાવ હતો કે આ બન્ને ઉપનેતા કેન્દ્રીય મંત્રીમંડળના સભ્ય નહીં હોય. એમના આ સૂચન પર બધા જ વરિષ્ઠ નેતા સહમત થઈ ગયા અને આ રીતે મોરારજી દેસાઈની પાર્ટીના ઉપનેતા બનવાની અભિલાષા પૂરી ના થઈ શકી. એમાં કોઈ શંકા નથી કે મોરારજી દેસાઈ આ બાબતથી ખુશ નહોતા, પરંતુ એમની પાસે કોઈ બીજો વિકલ્પ પણ નહોતો. સિવાય કે શાસ્ત્રીજીના એ નિર્ણયની સામે પોતાનું મસ્તક નમાવે. જેમાં શાસ્ત્રીજીના પ્રસ્તાવને અન્ય નેતાઓ દ્વારા સર્વસંમતિથી સ્વીકૃત કરી લીધો હતો.

બુદ્ધિસારઃ

આપણે રોમના સ્થાપક રોમ્યૂલસનો કિસ્સો જાણીએ. આ એ વ્યક્તિ હતા જેમણે ઉન્મુક્ત જીવન માટે નિયમો બનાવ્યા હતા. શરૂઆતમાં રોમમાં સભ્ય સમાજની

સ્થાપના કરવા માટે પહેલા પોતાના ભાઈનું ખૂન કરવું પડ્યું અને પછી પોતાના સાથીની હત્યા કરવા માટે પણ મંજૂરી આપવી પડી. એ સાથી કે જેને રાજ્યપદ મેળવવા માટે પોતે જ પસંદ કર્યો હતો. પહેલી દ્રષ્ટિએ આ કાર્ય એમને હિંસક, ક્રુર તથા વિશ્વાસઘાતી સાબિત કરે છે. જોકે, એમનો ઈરાદો સત્તા પચાવી પાડવાનો નહોતો, પરંતુ સામાજિક-રાજનૈતિક સમાનતા સ્થાપીત કરવાનો હતો માટે જ રોમ્યૂલસની ટીકા નહીં પ્રસન્નસા કરવામાં આવે છે. પોતાના ભાઈ તથા મિત્રની હત્યા પછી તરત જ તેમણે પરામર્શ માટે એક રાજ્યસભાની સ્થાપના કરી. એના દ્વારા મળેલા પરામર્શનું પાલન કર્યું અને એ જ પ્રકારે પાયો નાંખ્યો. જેને આજે આપણે પ્રજાતંત્ર કહીએ છીએ.

ક્યારેક ક્યારેક એક સારા કારણ માટે લાલ બહાદુર શાસ્ત્રીને પણ કેટલાક "નિયમવિહીન" પગલાં ભરવાં પડ્યાં. એમને એવી ચિંતા હતી કે એક નબળી અર્થવ્યવસ્થાને લીધે એક રાષ્ટ્ર જબરદસ્ત દબાણમાંથી પસાર થઈ રહ્યું છે અને દેશની સરહદો પર સતત પાકિસ્તાન તથા ચીનના હુમલાઓ થઈ રહ્યા છે. એવામાં એ જરૂરી છે કે એક મજબૂત કેન્દ્રીકૃત પ્રણાલી બનાવી જોઈએ. જેનાથી દેશમાં પ્રજાતંત્રને મજબૂત બનાવી શકાય. એક ઉપનેતાના પદની સ્થાપનાથી વિવિધ સ્તર પર રાજકીય આદેશોની અસરકારતા સંભવિત થઈ શકતી હતી અને પ્રધાન મંત્રીના અધિકાર ઓછા થઈ શકતા હતા. એટલા માટે જ એવું ન થાય એની જગ્યાએ શાસ્ત્રીજીએ ઉપનેતાના બે પદનો વિચાર કર્યો. એક રાજ્ય

સભા માટે તથા એક લોકસભા માટે અને આ નેતા કેન્દ્રીય મંત્રીમંડળમાંથી ન લેવાતા તેમને પ્રધાનમંત્રીના સંપૂર્ણ અધિકારોની સુરક્ષા માટે સુનિશ્ચિત કરવામાં કર્યા હતા.

વડીલોના ચરણસ્પર્શ કરવાની પરંપરા

(સમય: ૧૯૬૧ની આસપાસ)

ભારતીય સંસ્કૃતિમાં એવી પરંપરા છે કે પરિવારમાં મોટાને સન્માન આપવા માટે નાના સભ્યો એમના ચરણસ્પર્શ કરે છે. ખાસ

કરીને વિશેષ અવસરો પર જેમ કે તહેવાર, ધાર્મિક સમારંભ અને જન્મદિવસ વગેરે પર. યુવાનો ઘરેથી નીકળતા સમયે અથવા તો ઘરે પાછા ફરીને વડીલોના ચરણસ્પર્શ કરીને એમના આશીર્વાદ લે છે. અમે પણ અમારા પરિવારમાં નાનપણથી આ પ્રથાનું અનુસરણ કરી રહ્યા છીએ.

એક દિવસ રાતના ભોજન પછી મારા પિતાજીએ મને પોતાના ઓરડામાં બોલાવીને કહ્યું કે હું વડીલોના ચરણસ્પર્શ બરાબર રીતે કરતો નથી. મેં આ બાબતનો ઈન્કાર કરીને કહ્યું કે મારા હાથ માત્ર ઘૂંટણ સુધી જ પહોંચે છે, પગ સુધી નહીં. હું આઠમા ધોરણમાં ભણવાવાળો કિશોર હતો અને સરળતાથી મારી ભૂલ સ્વીકારવાનો નહોતો. મેં એમને સામે તર્ક કર્યો કે હું પગ સુધી બરાબર પહોંચું છું કદાચ બની શકે કે તમે મારા ભાઈઓને જોયા હશે.

કોઈ બીજા પિતા હોત તો એમણે પોતાના પુત્રને માર્યો હોત પરંતુ જ્યારે હું એકદમ ગભરાઈ ગયો ત્યારે શાસ્ત્રીજીએ પૂરી વિનમ્રતા તથા સન્માનથી મારા ચરણસ્પર્શ કર્યાં અને કહ્યું કે પોતાના વડીલનું સન્માન આ પ્રકારે કરવું જોઈએ એવું એમણે મને કરીને બતાવ્યું.

એમની આ પ્રતિક્રિયા જોઈને હું શરમથી નમી ગયો, મારી આંખોમાંથી દળદળ આંસુ વહેવાં લાગ્યાં અને હું જોરજોરથી હિબકાં ભરવા લાગ્યો. રડતાં રડતાં જ મેં એમને પૂછ્યું કે તમે મને મારી ભૂલની આટલી મોટી સજા કેમ આપી. મેં મારા વહેવાર માટે એમની માફી માગી અને એમને કહ્યું કે જીવનમાં હંમેશા વડીલોના ચરણસ્પર્શ યોગ્ય રીતે કરવાની વાતને હું હંમેશા યાદ રાખીશ. લાલ બહાદુર શાસ્ત્રીની વિનમ્રતા અને દંભહીનતાની મારા મન મગજ પર અનમોલ છાપ છોડી જેને હું શબ્દોમાં વર્ણવી શકવું મારા માટે મુશ્કેલ છે.

બુદ્ધિસાર:

ભારતીય સામાજિક વ્યવસ્થા પદ અનુસાર ચાલે છે અને કેટલીક વાર એવી સ્થિતિ થઈ જાય છે કે બધું જ પાખંડપૂર્ણ જોવા મળે છે. એક સાધારણ ભારતીય પાસે એવી અપેક્ષા રાખવામાં આવે છે કે તે પોતાના વડીલોનું સન્માન કરે, એમનું પણ જેમના પ્રત્યે એના મનમાં બેશક કોઈ આદર હોય કે ન હોય, "સર" શબ્દનો પણ અંધાધૂંધ પ્રયોગ થતો હોય છે. માત્ર દાદ-દાદી, માતા-પિતા અને શ્રદ્ધેય વડીલોના ચરણસ્પર્શ કરવા અને જેમના પ્રત્યે નૈસર્ગિક આદર છે એને જ પ્રગટ કરવું એક સારું સંતુલન હોઈ શકે.

બીજી બાજુ પશ્ચિમી સમાજ મોટા ભાગે સમતાવાદી છે. વાસ્તવમાં ફ્રાન્સીસી સમાજ તો એટલો સમતાવાદી બની ગયો છે કે જ્યાં આજે મોટા ભાગના લોકો એક પરિવર્તનની માગ કરવા માંડ્યા છે. એટલું કે રાષ્ટ્રપતિ સરકોઝીએ પોતાના ચૂંટણીના ઘોષણાપત્રમાં એવું વચન આપ્યું છે કે જો તેઓ ચૂંટાશે તો એટલું નક્કી છે કે વિદ્યાર્થીઓ પોતાના શિક્ષકને "આપ" કહીને સંબોધશે "તું" નહીં.

ઉત્તરપ્રદેશમાં મધ્યસ્થી

(સમયઃ ૧૯૬૦-૬૩ની આસપાસ)

૧૯૬૬ના દસકાની શરૂઆતમાં યુ.પી. કૉંગ્રેસનું બે જૂથોમાં વિભાજન થઈ ગયું હતું. એક જૂથનું નેતૃત્વ કમલાપતિ ત્રિપાઠીના હાથમાં, જેમને પંડિત ગોવિંદ વલ્લભ પંત, લાલ બહાદુર શાસ્ત્રી અને ઈન્દિરા ગાંધીનું સમર્થન મળ્યું હતું. બીજું જૂથ એક મુખ્ય નેતા સી.બી. ગુપ્તાના નેતૃત્વમાં હતું.

એ સમયે પ્રદેશ કાર્યકારિણીમાં ૨૧ સભ્યો હતા, જેમાંથી ૧૦ સભ્યોની પસંદગી થઈ ગઈ હતી અને ૧૦ સભ્યોની ચૂંટણી બાકી હતી. ચૂંટણીમાં બન્ને જૂથોએ પોતપોતાના ઉમેદવાર ઊભા રાખ્યા હતા. કમલાપતિ ત્રિપાઠી જૂથના ઉમેદવારોને પંડિતજી, શાસ્ત્રીજી તથા ઈન્દિરાજીનું છૂપું સમર્થન હતું, પરંતુ જ્યારે ચૂંટણીનાં પરિણામ આવ્યાં તો એ બધા માટે આશ્ચર્યજનક હતું કારણ કે સી.બી. ગુપ્તા પોતાના ઉમેદવારો માટે બહુમત મેળવવામાં સફળ થયા હતા. આના પરિણામે ઉત્તર પ્રદેશ કૉંગ્રેસ કમીટી કાર્યકારિણી ઉપર એમનું સંપૂર્ણ નિયંત્રણ થઈ ગયું હતું. એ સમયે લાલ બહાદુર શાસ્ત્રી નેહરૂજીના મંત્રીમંડળમાં વાણિજ્ય તથા ઉદ્યોગ મંત્રી હતા.

પ્રદેશ કાર્યકારિણીની ચૂંટણી પછી પંડિત નેહરૂએ શાસ્ત્રીજીને પૂછ્યું, "લાલ બહાદુર, યુ.પી.માં આપણે શું કરવું જોઈએ?" શાસ્ત્રીજીએ જવાબ આપ્યો, "આપણે સી.બી. ગુપ્તાને મુખ્યમંત્રી

બનાવી દેવા જોઈએ." નેહરૂજી એમની વાત સહમત થઈ ગયા અને સી. બી. ગુપ્તાને કમલાપતિના પક્ષના નેતાઓની ઈચ્છા વિરૂદ્ધ મુખ્યમંત્રીનો કાર્યભાર સંભાળી લીધો. માર્ચ-૧૯૬૧માં ગૃહમંત્રી પંડિત ગોવિંદ વલ્લભ પંતનું અવસાન થયું અને નવા ગૃહમંત્રીના રૂપમાં શાસ્ત્રીજીની નિયુક્તિ થઈ.

એના પછી ૧૯૬૩માં કામરાજ યોજના આવી, જેના અંતર્ગત છ કેન્દ્રીય મંત્રી તથા છ મુખ્ય મંત્રીઓને રાજીનામું આપવાનું હતું. રાજીનામું આપવાવાળા મુખ્યમંત્રીઓમાં એક નામ સી.બી. ગુપ્તાનું પણ હતું. કમલાપતિ ત્રિપાઠી એમનું સ્થાન લેવા ઈચ્છતા હતા, પરંતુ સી.બી. ગુપ્તાએ આનો ઉગ્ર રીતે વિરોધ કર્યો. શાસ્ત્રીજીને લખનઉ જઈને ત્યાંનો રાજકીય મુદ્દો હલ કરવા માટે અનુરોધ કર્યો. કેટલાક નેતાઓ સાથે લાંબી અને થકવી નાખતો વિચાર-વિમર્શ કર્યા પછી, લાલ બહાદુર શાસ્ત્રી શ્રીમતી સુચેતા કૃપાલાની તરફ સર્વસંમતિથી પહોંચ્યા. સુચેતા કૃપાલાની આચાર્ય જે.બી. કૃપાલાનીનાં પત્ની હતાં. જે એ સમયના એક મહાન સમાજવાદી નેતા હતા અને જવાહરલાલ નેહરૂ સાથે એમને વૈચારિક મતભેદ હતો. આ રીતે સુચેતા કૃપાલાની મુખ્યમંત્રી બની ગયાં.

એ પછી નવા મંત્રીમંડળની રચના કરવાની હતી. સુચેતા કૃપાલાની માટે પોતાના મંત્રીમંડળની રચના કરવાનું ફરીથી અઘરૂં હતું કારણ કે બંને વિરોધી જૂથ પોતાના સંબંધી જૂથમાંથી વધારે પ્રતિનિધિત્વ ઇચ્છતા હતા. હાઈ કમાન્ડે લાલ બહાદુર શાસ્ત્રીને મંત્રીઓ પોતાની પરિષદની રચના માટે મદદ કરવાનું કહ્યું. ૧૧ ઓક્ટોબર, ૧૯૬૩ના દિવસે શાસ્ત્રીજીએ ૨૧ સભ્યો - ૧૬ કેન્દ્રીય મંત્રી તથા પાંચ ઉપમંત્રીઓના સંયુક્ત/મંત્રી મંડળ માટે મંત્રીઓ તથા નાયબ નેતાઓની સહમતી દર્શાવતી એક યાદી તૈયાર કરી. એને એ

દિવસે નવી દિલ્હીમાં કેન્દ્રીય સંસદીય બોર્ડની મંજૂરી મળી ગઈ. આ યાદીમાં સી.બી. ગુપ્તા તથા કમલાપતિ ત્રિપાઠી બંનેના પ્રતિનિધિઓ ઉપરાંત સુચેતા કૃપાલાનીની ભલામણથી બે નવા ચહેરા પણ સમાવવામાં આવ્યા. મંત્રીમંડળની રચના પર બધાની સહમતિ મેળવવી સહેલું કામ નહોતું. નવી દિલ્હી તથા લખનઉમાં વ્યસ્ત રાજકીય ગતિવિધિઓ દરમિયાન આ કાર્યને પંદર દિવસ થઈ ગયા હતા. આ ગતિરોધમાં સફળતાપૂર્વક મધ્યસ્થી કરવા માટે લાલ બહાદુર શાસ્ત્રી જેવા નેતાઓની બુદ્ધિમત્તાની બહુ જ આવશ્યકતા હતી.

બુદ્ધિસારઃ

શાસ્ત્રીજી હંમેશા નિષ્પક્ષ રહેવામાં જ વિશ્વાસ રાખતા હતા. ભલે સી.બી. ગુપ્તા એમના રાજકીય વિરોધી હતા, છતાં પણ નેહરૂજીએ પૂછ્યું ત્યારે શાસ્ત્રીજીએ ઉત્તર પ્રદેશના મુખ્યમંત્રીના પદની ઉમેદવારી માટે સી.બી. ગુપ્તાના નામનું સમર્થન કર્યું. નિઃશંક એક અનુભવી રાજનીતિજ્ઞના રૂપમાં આ પગલુ ભરીને ઉત્તર પ્રદેશ વિધાનસભામાં અસંતોષનો સફળતાપૂર્વક સફાયો કરી દીધો હતો.

કામરાજ યોજનાનો અમલ થયા પછી, સી.બી. ગુપ્તા પેલા છ મુખ્યમંત્રીઓમાં હતા, જેમને રાજીનામુ આપીને જવાનું જ હતું. એવામાં શાસ્ત્રીજીએ પૂરી રીતે એટલું નક્કી કરી લીધું કે મંત્રીમંડળમાં પોતાના મુખ્ય લોકોને સ્થાપિત કરવાથી ઉત્તર પ્રદેશ રાજ્ય નેહરૂજીના નિયંત્રણમાં પાછું આવી જાય.

નિંદા કરનારને નજીક રાખો

(સમયકાળ : ૧૯૬૩ની આસપાસ)

કામરાજ યોજનાના અમલ પછી લાલ બહાદુર શાસ્ત્રી રાજીનામું આપીને ઉત્તર પ્રદેશ કોંગ્રેસની બાબતો પર ધ્યાન રાખતા હતા. ઉત્તર પ્રદેશમાં સરકાર બદલાઈ ગઈ હતી અને સુચેતા કૃપાલાણીએ મુખ્યમંત્રી તરીકેનો કાર્યભાર સંભાળી લીધો હતો. એ દિવસોમાં એક અગ્રણ રાજનીતિજ્ઞ રઘુકપળ તિલક સુચિતા કૃપાલાણીને શુભકામના આપવા તેમના નિવાસ સ્થાને ગયા. એ વખતે તે પોતાના મંત્રીમંડળની

રચના કરવામાં વ્યસ્ત હતી. તેમને જોઈને તેણીની ખૂબ રાજી થઈ અને કહ્યું કે મારે તમારી મહેરબાનીની જરૂર છે. સુચિતા કૃપાલાણીએ કહ્યું કે લાલ બહાદુર શાસ્ત્રી મારા પર એક

વ્યક્તિને મંત્રીમંડળમાં લેવાનું દબાણ કરે છે. અને મને લાગે છે કે એ વ્યક્તિ પ્રશ્નો ઊભા કરશે. તેમણે રઘુકુળજીને વિનંતી કરી કે તમે શાસ્ત્રીજીને આવું ના કરવા માટે સમજાવો.

જ્યારે રઘુકુળજીએ શાસ્ત્રીજી સાથે મુલાકાત કરી ત્યારે આ વાત કરી. શાસ્ત્રીજીએ તેમને કહ્યું કે સુચેતાજી સમજતાં નથી કે જો એ વ્યક્તિ મંત્રીમંડળની બહાર રહેશે તો તેમને વધારે હેરાન કરશે. એટલે મારું માનવું છે કે જો સારી રીતે સરકાર ચલાવવી હોય તો વ્યક્તિને મંત્રીમંડળમાં રાખવી જ ઇચ્છનીય છે.

જ્યારે રઘુકુળ તિલકે આ વાત સુચિતા કૃપાલાણીને કરી ત્યારે તેમણે પણ સ્વીકાર્યું કે શાસ્ત્રીજીની વાતમાં વજુદ હતું. તેમની વાત સ્વીકારીને એ વ્યક્તિને તેમણે પોતાના મંત્રીમંડળમાં સ્થાન આપ્યું.

બુદ્ધિસાર:

અબ્રાહમ લિંકનના ઉત્તરાધિકારી, એન્ડ્યુ જ્હોન્સને અમેરિકાના રાષ્ટ્રપતિ તરીકે યુલિસિસ એસ. ગ્રાંટને છિન્ન ભિન્ન કરી નાખ્યો હતો. તે સરકાર માટે એક મોટી સમસ્યા બની ગઈ હતી. તેને બહાર રહેવા માટે મજબૂર કરાયો હતો. આ એ જ ક્રુદ્ધ ગ્રાંટ હતા જેમણે રિપબ્લિકન પાર્ટીમાં પોતાનું સ્થાન મેળવવા અને જમાવવા ખૂબ જ મહેનત કરી્ ને પછી તેઓ અમેરિકાના રાષ્ટ્રપતિ બન્યા.

સમસ્યાઓ ઊભી કરનારી આવી વ્યક્તિને પોતાના નિયંત્રણમાં રાખવાનું જ ઇચ્છનીય હોય છે, તો જ તેઓ અમુક હદ સુધી માપમાં રહે. એ સિવાય જ્યારે પણ તે સક્રિય થાય તમે પણ આક્રમક બની જાઓ. શાસ્ત્રીજી આ

વાત બરાબર જાણતા હતા.

રાષ્ટ્રપતિપદના પોતાના પ્રથમ કાર્યકારમાં બરાક ઓબામાએ પોતાના મંત્રીમંડળમાં પોતાના વિરોધી, હિલેરી ક્લિન્ટનને સામેલ કર્યાં જેથી બહાર રહીને તેઓ પોતાને હેરાન ન કરે. અહીં એ નોંધવું જોઈએ કે તેમણે હિલેરીને પોતાના નજીકના સ્પર્ધક ના ગણતાં તેનાથી પણ આગળનાં ગણ્યાં.

તળિયાના લોકો માટે સહાનુભૂતિ

(સમયગાળો : ૧૯૬૨ની આસપાસનો)

જ્યારે શાસ્ત્રીજી દેશના ગૃહમંત્રી હતા ત્યારે એક દિવસ સાઉથ બ્લોકમાં મોડી સાંજ સુધી પોતાના કાર્યાલયમાં વિશેષ સચિવ સાથે બેસીને કામ કરી રહ્યા હતા. જ્યારે શાસ્ત્રીજી પોતાની ખુરશીમાં બેસી ગયા ત્યારે તે અધિકારી તેમની સાથે વિભિન્ન ફાઈલોના સંબંધમાં ચર્ચા કરવા લાગ્યા. ત્યાં એક જ ખુરશીની જગ્યા હતી તેથી તે અધિકારી ઊભા ઊભા જ ચર્ચા કરતા રહ્યા. આશરે દસ વાગ્યે શાસ્ત્રીજીને પ્રતીતિ થઈ કે તે પોતાનો વિશેષ સહાયક એક કલાકથી પણ વધારે સમયથી

ઊભો હતો. તેમને પોતાની જાત માટે ગુસ્સો આવ્યો અને તેઓ તરત બોલ્યા, "અરે, તમે બેસતા કેમ નથી? તેમના સહાયકે પણ વિનમ્રતાથી કહ્યું કે હવે માત્ર ત્રણ-ચાર ફાઇલો જ બાકી છે અને તે પતાવવામાં થોડી જ મિનિટ થશે. ત્યારે શાસ્ત્રીજી પણ ઊભા થઈ ગયા અને બોલ્યા, હું પણ ઘણા સમયથી બેઠો બેઠો થાકી ગયો છું. મને લાગે છે ઊભા ઊભા જ ફાઇલો જોવાનું મને વધુ ફાવશે."

અધિકારીના હૃદયને આ વાત સ્પર્શી ગઈ અને તેણે પોતાના સાથીઓને આ વાત કરી. એક દિવસ શાસ્ત્રીજી પ્રવાસમાં હતા ત્યારે તે અધિકારી પણ તેમની સાથે હતા. તેમની રહેવાની વ્યવસ્થા રાજભવનમાં કરાઈ હતી. પોતાના રૂમમાં પહોંચ્યા પછી શાસ્ત્રીજી પેલા અધિકારીના રૂમમાં ગયા. શાસ્ત્રીજી જોવા માગતા હતા કે તેમને કોઈ તકલીફ તો નથી ને! તેમણે રાજભવનના કર્મચારીઓને કહ્યું કે તમે આ અધિકારીને મારા અંગત સહાયક સમજવાની ભૂલ ના કરતા, તેઓ તો યુ.પી.કેડરના એક વરિષ્ઠ આઈ.એ.એસ. અધિકારી છે. તેમનું બરાબર ધ્યાન રાખવું જોઈએ. એ વિશેષ સહાયક પોતાના નેતાની વિશેષ નમ્રતા અને પોતાના માટે તેમણે દાખવેલી ચિંતા અને સન્માનથી અભિભૂત થયા.

બુદ્ધિસાર:

શાસ્ત્રીજી માનતા હતા કે પોતાના કર્મચારીઓને ખુશ રાખવા માટે તથા તેમને પ્રોત્સાહિત કરવા અને પ્રેરણા આપવાની ઘણી જરૂર હોય છે.

ઉપરોક્ત બાબતમાં, નિયત સરકારી વ્યવસ્થાને કારણે તેઓ આર્થિક રીતે તો પ્રોત્સાહન આપી શકે તેમ નહોતા

પણ પોતાના વિશેષ સહાયકની ભાવનાને સમજીને, સાથે કામ કરતી વખતે તેમની સાથે ખભેખભો મેળવીને તેનો પ્રોત્સાહન અને પ્રેરણા આપતા હતા. એક અધિકારી કે પોતાના નીચેના કર્મચારીઓ માટે એક જાતનું પ્રોત્સાહન જ કહેવાય. આવી ભાવના સાથે તેમણે પોતાની શિષ્ટતાનો પરિચય પણ આપ્યો હતો.

કૉંગ્રેસ સંસદીય દળ (સી.પી.પી.)ની બેઠકની અધ્યક્ષતા

મોરજી દેસાઈ લાલ બહાદુર શાસ્ત્રીના એક વરિષ્ઠ સહયોગી હતા. જ્યારે શાસ્ત્રીજી દેશના ગૃહમંત્રી હતા ત્યારે મોરારજી દેસાઈ નેહરુજીના મિત્રમંડળમાં નાણાં મંત્રી હતા. કમનસીબે, એક વખત નેહરુજી બિમાર પડ્યા અને બીજી બાજુ કૉંગ્રેસ સંસદીય દળની એક જરૂરી બેઠક થવાની હતી. એ વખતે કૉંગ્રેસ સંસદીય દળના કોઈ ઉપ પ્રમુખ નહોતા. તેથી સૌથી મોટો પ્રશ્ન એ થયો કે સંસદીય દળની આ બેઠકની અધ્યક્ષતા કરે કોણ ? એ વખતે કૉંગ્રેસ સંસદીય દળના ઉપ પ્રમુખની નિયુક્તિની પ્રણાલી એ વખત કાઢી નાખવામાં આવી હતી, માત્ર સંસદીય બાબતોના હેતુથી લોકસભા અને રાજ્યસભા – બંને માટે એક ઉપ પ્રમુખ નક્કી કરાયા હતા.

એ વખતે અનૌપચારિક રીતે મોરારજી દેસાઈ મારા પિતાજીને મળવા અમારા ઘરે આવ્યા. શાસ્ત્રીજી તેમને જોઈને સ્તબ્ધ થઈ ગયા. તેમણે આદરપૂર્વક તેમને આવકાર્યા, બેસાડ્યા અને આવવાનું પ્રયોજન પૂછ્યું. મોરારજીભાઈએ તેમની સમક્ષ પોતાના મનની વાત જાહેર કરતાં કહ્યું કે નેહરુજી પછી તેઓ પોતાને બીજા નંબરના અધિકારી ગણે છે અને સંસદીય દળની અધ્યક્ષતા કરવા ધારે છે. જોકે જગજીવન રામની ઇચ્છા પણ આ સ્થાન મેળવવાની છે. જગજીવન રામની દલીલ એવી હતી કે સ્વતંત્રતા પછી તેઓ નેહરુજીના પ્રથમ

મંત્રીમંડળના સભ્ય રહી ચૂક્યા હતા.

શાસ્ત્રીજીએ મોરારજી દેસાઈને પૂછ્યું કે આમ તો મને પ્રતિદ્વંદ્વી ગણો છો તો આપના મનમાં મારી સાથે આ વિશે વિચારવિમર્શ કરવાનો વિચાર કેવી રીતે આવ્યો ? (અહીં એ દર્શાવવું જોઈએ કે મોરારજીભાઈ હંમેશાં લોકોને કહેતા હતા કે નેહરુજી પછી પોતાના વડાપ્રધાન બનવાના રસ્તામાં જો કોઈ સૌથી મોટો અવરોધ હોય તો તે હતા લાલ બહાદુર શાસ્ત્રી.) મોરારજીભાઈએ જવાબ આપ્યો કે પોતે શાસ્ત્રીજીની સલાહ લેવા આવ્યા છે. કારણ કે તેમને વિશ્વાસ હતો કે શાસ્ત્રીજીની વૈચારિક પ્રમાણિકતા નિશંક હતી. તેમને દૃઢ વિશ્વાસ હતો કે માત્ર લાલ બહાદુર શાસ્ત્રી જ તેમને યોગ્ય સલાહ આપી શકે છે.

શાસ્ત્રીજીએ મોરારજી દેસાઈને સલાહ આપતાં કહ્યું કે તેઓ સંસદભવનમાં બેઠક શરૂ થાય તેના અડધો કલાક પહેલાં જ પહોંચી જાય. બેઠક સંસદ ભવનમાં સવારે દસ વાગે શરૂ થવાની હતી. આ પ્રકારે, શાસ્ત્રીજીની સલાહ પ્રમાણે મોરારજીભાઈ સવારે બરાબર ૯-૩૦ વાગ્યે ત્યાં પહોંચીને નેહરુજીની ખુરશી પર બેસી ગયા. જગજીવન

રામ પછીથી આવ્યા, પરંતુ મોરારજી દેસાઈએ પહેલેથી જ નેહરુજીની ખુરશી પર સ્થાન મેળવી લીધું હતું તેથી બેઠકની અધ્યક્ષતા તેમને જ સોંપવામાં આવી.

બુદ્ધિસારઃ

સત્તાના પ્રોટોકોલમાં ત્રણ તત્ત્વો અત્યંત મહત્ત્વપૂર્ણ છે. બેઠક યોજવી, અભિવાદન કરવું અને બેઠકની વ્યવસ્થા. શાસ્ત્રીજી આ બાબતોને સારી રીતે સમજતા હતા.

બેઠકમાં મહત્ત્વપૂર્ણ છે : બેઠક કોણે બોલાવી છે ? બેઠક ક્યારે થઈ રહી છે ? અને બેઠક કોના લાભમાં બોલાવાઈ છે ? અભિવાદનમાં મહત્ત્વપૂર્ણ છે : કઈ વ્યક્તિ કોને કઈ યોગ્યતાથી સંબોધન કરે છે. જેમ કે શ્રીમાન/મહોદય/ પ્રથમ નામ....

બેઠકની વ્યવસ્થામાં મહત્ત્વપૂર્ણ છે : અધ્યક્ષની ખુરશી કોણ ગ્રહણ કરે છે ?

બેઠકની વ્યવસ્થાના મહત્ત્વને સમજતા હોવાથી લાલ બહાદુર શાસ્ત્રીજીએ મોરારજી દેસાઈને સલાહ આપી કે તેઓ બેઠક શરૂ થાય તેના અડધા કલાક પહેલાં જઈને અધ્યક્ષની ખુરશી ગ્રહણ કરી લે.

આપ સાથે ચાલવાનું પસંદ કરશો ?

(સમયગાળો : ૧૯૬૪ની આસપાસનો)

જ્યારે પણ શાસ્ત્રીજી પોતાના કાર્યાલયે જતા કે એરપોર્ટના રસ્તે કે પ્રવાસમાં પોતાની સાથે કોઈ વ્યક્તિને લઈ જવા માગતા હોય ત્યારે એ સામાન્યતઃ તે વ્યક્તિને પૂછતા : આપ મારી સાથે ચાલવાનું પસંદ કરશો ?

આ હતો શાસ્ત્રીજીની એક નમ્રતાપૂર્ણ પદ્ધતિ. એ દ્વારા તેઓ દર્શાવતા હતા કે તેઓ એ વ્યક્તિ સાથે રસ્તામાં વાત કરવા માગતા હતા. આમ છતાં પોતાના શબ્દોમાં ભારોભાર નમ્રતા હોવા છતાં એ શિલાલેખ પર કોતરાયેલા આદેશ જેવી વાત હતી જે આ ઘટનાથી સમજાશે.

આ વાત છે જાન્યુઆરી ૧૯૬૪ની. એ વખતે જવાહરલાલ નેહરુ ભુવનેશ્વરમાં બિમાર પડી ગયા હતા. એ વખતે શાસ્ત્રીજી પણ કામરાજ યોજનાના ભાગરૂપે પોતાનું રાજીનામું આપી ચૂક્યા હતા, પરંતુ કોઈ પણ ખાતા વિનાના પ્રધાન તરીકે તેમને પ્રધાનમંડળમાં પાછા લાવવામાં આવ્યા. તેઓ વડાપ્રધાનને સહયોગ આપે તેવું તેનું પ્રયોજન હતું. શાસ્ત્રીજીને પોતાના વિશેષ સહાયક રાજેશ્વર પ્રસાદને બોલાવ્યા અને તેમને પોતાની સાથે કામ કરવા કહ્યું. રાજેન્દ્ર પ્રસાદે કહ્યું કે મારું પોસ્ટિંગ હવે ઉત્તરપ્રદેશમાં થઈ ગયું છે અને ગમે તે દિવસે મારું પોસ્ટિંગ ત્યાં થઈ શકે છે. આ સાંભળીને શાસ્ત્રીજી એટલું જ કહ્યું,

"સારું, આપણે જોઈએ છીએ કે આમાં શું થઈ શકે તેમ છે."

થોડા દિવસ પછી પંડિત નેહરુએ શાસ્ત્રીજીને શ્રીનગરની મુલાકાત લેવાનું કહ્યું. એ હતો ૨૫મી જાન્યુઆરીનો દિવસ અને દિલ્હીમાં કડકડતી ઠંડી પડતી હતી. શાસ્ત્રીજી જાણતા હતા કે શ્રીનગરમાં તો આનાથી પણ વધુ ઠંડી હશે. સમસ્યા એ હતી કે હજરતબાલનાં પવિત્ર

સ્મૃતિચિહ્નો અદશ્ય થઈ ગયાં હતાં અને ઘાટીના લોકોની ધાર્મિક લાગણી દુભાઈ હતી. ત્યાં તણાવનું વાતાવરણ હતું. એવું લાગતું હતું કે આખું કાશ્મીર પૂર્ણ રીતે આગની જવાળાઓમાં આવી ગયું છે. બિમાર વડા પ્રધાનને શાસ્ત્રીજી પર પૂરો વિશ્વાસ હતો તેથી તેમણે શાસ્ત્રીજીને બીજા દિવસે સવારે જ વિમાન પકડી લેવાનું કહ્યું.

પંડિતજીનો હુકમ થયા પછી શાસ્ત્રીએ ટેલિફોન કરીને રાજેશ્વર પ્રસાદને પોતાનું મનપસંદ વાક્ય પૂછ્યું : આપ સાથે આવવાનું પસંદ કરશો ? રાજેન્દ્ર પ્રસાદે કહ્યું કે અત્યારે મને તાવ છે અને હું પથારીમાં છું. તેમણે કહ્યું કે ડૉક્ટરે મને આવી ઠંડીમાં બહાર ના નીકળવાની સલાહ આપી છે. શાસ્ત્રીજીએ કહ્યું કે ડૉક્ટર આવું કહે છે, પણ આ ઘણું મહત્ત્વપૂર્ણ મિશન છે એટલે તમારે મારી સાથે શ્રીનગર આવવું જ પડશે. ઠંડીથી બચવા તમે તમારી સાથે પૂરતાં ગરમ કપડાં લઈ લો.

એ ૩૦મી જાન્યુઆરી, ૧૯૬૪નો દિવસ હતો, જ્યારે લાલ બહાદુર શાસ્ત્રીએ શ્રીનગરની યાત્રા માટે પ્રસ્થાન કર્યું અને એ જ આ દિવસે હતો જ્યારે તેમણે હજરતબાલનો સમસ્યાઓનો ઉકેલ પણ લાવી દીધો હતો. શ્રીનગરની પ્રવાસ દરમિયાન તેમણે એ વાતનું પણ સતત ધ્યાન રાખ્યું રાજેન્દ્ર પ્રસાદને કોઈ પણ પ્રકારની અસુવિધા ના થાય. તેમણે સ્થાનિક અધિકારીઓને એ પણ સૂચના આપી હતી કે તેમને જમવામાં જે તેમને યોગ્ય હોય તે જ આપે.

બુદ્ધિસાર:

એ દિવસોમાં નોકરશાહી ભારતીય લોક સેવાના નામથી ઓળખાતી હતી અને તેનો મોટો દબદબો હતો. સરકારી ઉચ્ચ અધિકારીઓ નેતાઓની વાત પણ બરાબર સાંભળતા નહોતા. શાસ્ત્રીજી કડક જરૂર હતા પણ તેમના

વ્યવહારમાં બિલકુલ આક્રમકતા નહોતી.

તેમણે સરકારી અધિકારીઓ પર કોઈ પણ પ્રકારનું દબાણ લાદયા વિના એવી કાર્યનીતિ તૈયાર કરી કે નિશ્ચિત પરિણામો આવવાં જોઈએ. તેમણે ભારપૂર્વક જણાવ્યું હતું કે નિષ્ફળતા માટેના કોઈ કારણ કે બહાના પર વિચાર નહીં કરાય.

પ્રતાપ સિંહ કેર

(સમયગાળો : ૧૯૬૪ની આસપાસનો)

જ્યારે લાલ બહાદુર શાસ્ત્રી નેહરુજીના પ્રધાનમંડળમાં ગૃહમંત્રી હતા ત્યારે પંજાબના તત્કાલીન મુખ્યમંત્રી સરદાર પ્રતાપ સિંહ કેર સામે તેમના કાર્યાલય અને અધિકારીઓના દુરુપયોગ વિશે કેટલાક આક્ષેપ થયા હતા. આ સંબંધમાં શાસ્ત્રીજીનું કહેવું હતું કે મુખ્યમંત્રીએ નૈતિકતાના આધારે રાજીનામું આપી દેવું જોઈએ. શાસ્ત્રીજીએ આ વાત પંડિત નેહરુને કરી. તેમને લાંબો વિચાર કરતા એવું લાગ્યું કે પ્રતાપ સિંહ કેર પંજાબની એક મોટી હસ્તિ હતા અને પંજાબમાં તેમના સ્થાન માટે બીજી કોઈ વ્યક્તિને શોધવી સરળ કામ નહોતું. આ બધી પરિસ્થિતિને જોઈને તેઓ કોઈ નિર્ણય લેવા માટે તૈયાર નહોતા. આમ છતાં તેમને શાસ્ત્રીજીને કહ્યું કે તમે પ્રતાપ સિંહ કેર સાથે વાત કરો. પ્રતાપ સિંહ કેર કોઈપણ સ્થિતિમાં રાજીનામું આપવા માંગતા નહોતા અને તેઓ પંજાબના મુખ્યમંત્રી તરીકે ચાલુ રહ્યા.

૯મી જૂન, ૧૯૬૪ના દિવસે લાલ બહાદુર શાસ્ત્રી વડાપ્રધાન બન્યા. તેમણે પંજાબના મુખ્યમંત્રીને બોલાવ્યા અને રાજીનામું આપવાનું જણાવ્યું. પ્રતાપ સિંહ કેર જાણતા હતા કે વડાપ્રધાનના સમર્થન વગર પોતે કામ નહી કરી શકે. તેથી તેમને ચૂપચાપ પોતાના હોદ્દા પરથી રાજીનામું આપી દીધું. લાલ બહાદુર શાસ્ત્રીજીએ પંજાબના નવા મુખ્યમંત્રી તરીકે ચૌધરી રામકિશનને જવાબદારી સોંપી અને આમ

સારી રીતે નેતૃત્વ પરિવર્તન કરી દીધું. વળી પોતે વડાપ્રધાનનો કાર્યભાર સંભાળ્યો તેના માત્ર ૩૦ દિવસમાં જ તેમને આ કરી દેખાડ્યું.

અલબત્ત, લાલ બહાદુર શાસ્ત્રી ઘણા શાંત અને મૃદુભાષી લાગતા હતા, પરંતુ તેમની કાર્યશૈલીમાં હકીકતમાં એક કડક મિજાજની વ્યક્તિ હતી. આ ઘટના દ્વારા તેમને એ બતાવી આપ્યું કે વડાપ્રધાનના અધિકારનો પ્રયોગ કેવી રીતે કરી શકાય છે. તેમણે ફક્ત પંજાબના એક શક્તિશાળી મનાતા નેતા પ્રતાપ સિંહ કેરોને રાજીનામું આપવાનું કહ્યું એટલું જ નહી, પરંતુ સર્વસંમત્તિથી એક નવા નેતાની વરણી પણ સુનિશ્ચિત કરી. ક્યારેક આવું કરવું લગભગ અશક્ય કાર્ય ગણાતું હતું.

એક સમય હતો એવો જ્યારે એક મંત્રી અથવા મુખ્યમંત્રી દ્વારા હોદ્દાનો દુરુપયોગને ઘણી ગંભીરતાથી લેવામાં આવતું હતું અને મોટા ભાગે તમામ સ્થિતિમાં ભ્રષ્ટ રાજકારણીઓને પોતાના હોદ્દા પરથી રાજીનામું આપવું પડતું હતું. એ મોટી વિડંબના છે કે આજે અદાલતો દ્વારા ગુનેગાર જાહેર કર્યા પછી પણ રાજકારણીઓ પોતાનો હોદ્દો છોડતા નથી. સુપ્રિમ કોર્ટે આ બાબતોમાં હસ્તક્ષેપ કરવો પડ્યો અને કોર્ટે સૂચન પણ કર્યું કે આવા ચૂંટાયેલા પ્રજાના પ્રતિનિધિઓને તેમના હોદ્દા માટે અયોગ્ય જાહેર કરી દેવા જોઈએ. આ બાબત વિશે રાજકીય સમુદાય કડક પ્રતિક્રિયા આપીને નારાજગી વ્યક્તિ કરી અને કહ્યું કે ન્યાયતંત્ર બિનજરૂરી રીતે અમારા અધિકારક્ષેત્રમાં હસ્તક્ષેપ કરી રહ્યું છે.

બુદ્ધિસાર:

એક સમર્થ અને અનુભવી નેતા પોતાના કાર્યકાળના પ્રારંભમાં ઘણી તેજગતિથી ચાલે છે અને પોતાની ધાક

ઊભી કરવા માટે કેટલાંક પ્રભાવશાળી પરિવર્તન પણ કરે છે. જ્યારે લાલ બહાદુર શાસ્ત્રી વડાપ્રધાન બન્યા તો તેમણે પ્રતાપ સિંહ કેર જેવી સશક્ત વ્યક્તિને રાજીનામું આપવા માટે લાચાર કરીને આવું જ કર્યું.

શાસ્ત્રીજીના પ્રધાનમંડળમાં બીજું સ્થાન

(સમયગાળો : ૧૯૬૪ની આસપાસનો)

જ્યારે લાલ બહાદુર શાસ્ત્રીને કૉંગ્રેસ સંસદીય પક્ષના નેતાના રૂપમાં ચૂંટવામાં આવ્યા અને રાષ્ટ્રપતિએ તેમને સરકાર બનાવવાનું આમંત્રણ આપ્યું એટલે તેઓ પોતાના પ્રધાનમંડળની રચના કરવામાં વ્યસ્ત બની ગયા. આમ તો મોટા ભાગે તેમને નેહરુજીના પ્રધાનમંડળના સભ્યોને પોતાના પ્રધાનમંડળમાં જાળવી રાખવાના હતા. જોકે નેહરુજીના છેલ્લા પ્રધાનમંડળમાં મોરારજી દેસાઈનો સમાવેશ થતો નહોતો. પરંતુ શાસ્ત્રીજી તેમને પોતાની સરકારમાં જોડાવા માટેનું આમંત્રણ આપ્યું. આ માટે મોરારજી દેસાઈ સંમત તો થઈ ગયા પરંતુ તેમણે એવી ઇચ્છા વ્યક્ત કરી કે પોતાને પ્રધાનમંડળમાં બીજા નંબરનો શક્તિશાળી હોદ્દો આપવામાં આવે અને આ માટે તેમની માગ ગૃહખાતાની હતી. શાસ્ત્રીજી તેમને ગૃહવિભાગ સોંપવા માટે ઇચ્છુક નહોતા. કારણ કે આ ખાતુ પહેલેથી જ એક વરિષ્ઠ નેતા ગુલઝારી લાલ નંદા પાસે હતું. શાસ્ત્રીજીએ મોરારજી દેસાઈ સામે પોતાની સમગ્ર સ્થિતિ સ્પષ્ટ કરી દીધી અને જણાવ્યું કે ગુલઝારી લાલ નંદાને ગૃહમંત્રાલય છોડવાનું કહેવું ખૂબ જ અઘરુ છે. છેવટે મોરારજી દેસાઈ બીજા સ્થાન સાથે ખાદ્ય અને કૃષિ વિભાગ સ્વીકારવા તૈયાર થઈ ગયા. શાસ્ત્રીજી એ આ માટે સંમત્તિ આપી દીધી પરંતુ એક નવી સમસ્યા ઊભી થઈ. ગુલઝારી લાલ નંદાએ કેટલાક વરિષ્ઠ કૉંગ્રેસી

નેતાઓના કહેવાથી પ્રધાનમંડળમાં પોતાનું બીજું નંબરનું સ્થાન છોડવાનો ઇનકાર કરી દીધો. તેમણે કહ્યું કે તેઓ ગૃહમંત્રાલય છોડી શકે છે પરંતુ કોઈપણ સ્થિતિમાં પોતાનું બીજા નંબરનું સ્થાન નહીં છોડે.

આ સંદર્ભમાં લાલ બહાદુર શાસ્ત્રીએ મોરારજી દેસાઈને પોતાના નિવાસસ્થાન પર અનુરોધ કર્યો અને ગુલઝારી લાલ નંદાના નિર્ણય વિશે પણ માહિતી આપી. તેમણે કહ્યું 'નંદાજી કહે છે કે પોતે નેહરુજીના નિધન પછી કાર્યકારી વડાપ્રધાન હતા એટલે મંત્રીમંડળમાં તેમને જ બીજા નંબરનું સ્થાન મળવું જોઈએ.' આ સાંભળીને મોરારજી દેસાઈ હેરાન થઈ ગયા અને ઊભા થતા તેમણે શાસ્ત્રીજીને કહ્યું કે 'આપ ગુલઝારી લાલ નંદાને ગૃહવિભાગ અને બીજા નંબરનું સ્થાન એ બંને સોંપી દો. અત્યારે તો એ જ સમયની માંગ છે કે પક્ષ સંગઠિત રહે.' મોરારજી દેસાઈ શાસ્ત્રીજીના નિવાસસ્થાનથી ગયા અને આ બાબત અહીં જ પૂરી થઈ ગઈ.

લાલ બહાદુર શાસ્ત્રી પોતાના પ્રધાનમંડળમાં મોરારજી દેસાઈને લેવા માગતા હતા પરંતુ ગુલઝારી લાલ નંદા જેવા અન્ય વરિષ્ઠ નેતાઓને નારાજ કરવા પણ નહોતા માગતા. તેમણે લાગ્યું કે ગુલઝારી લાલ નંદાએ બીજા વરિષ્ઠ નેતાઓના કહેવાથી પોતાનો નિર્ણય બદલ્યો હતો. તેઓ મોરારજી દેસાઈની એ વાત સ્વીકારતા હતા કે પંડિત જવાહરલાલ નેહરુના મૃત્યુ પછી આટલી ઝડપથી હલચલ કરવાનો કોઈ અર્થ નહોતો. આમ પણ નેહરુજીના મૃત્યુ પછી પક્ષ અને દેશમાં એક મોટો ખાલીપો સર્જાયો હતો. જેને પૂરવાનું કામ જરૂરી હતું.

બુદ્ધિસાર:

ક્યારેક ક્યારેક નેતાઓને એક વિરોધી પ્રતિભાને ઓળખવાની જરૂરિયાત હોય છે અને તેની સાથે એ હકીકતને સમજવી પડે છે કે કેટલાક વિરોધીઓને દૂર રાખવાને બદલે નજીક રાખવા જોઈએ. કદાચ એટલે શાસ્ત્રીજી મોરારજી દેસાઈને પોતાના પ્રધાનમંડળમાં બીજા નંબરનું સ્થાન આપવા માગતા હતા. તેઓ એ પણ જાણતા હતા કે આ પ્રકારનું પગલું ભરવાથી મતભેદ ઊભા થશે (તેમને પોતાને અગાઉ એક પ્રતિભાશાળી નેતા વલ્લભ પંત સાથે આ પ્રકારના વિરોધનો અનુભવ હતો.). તેમણે મોરારજી દેસાઈને બીજા નંબરનું સ્થાન આપવાનું આમંત્રણ આપ્યું. પરંતુ તેમણે ગૃહવિભાગ ન આપ્યો કારણ કે પોલીસ તથા જાસૂસી સંસ્થાઓ પર ગૃહવિભાગનું નિયંત્રણ હતું. શક્તિશાળી ગૃહવિભાગ વિના બીજા નંબરના સ્થાનનો કોઈ ખાસ અર્થ નહોતો.

ટી. ટી. કૃષ્ણામાચારી

(સમયગાળો : ૧૯૬૫ની આસપાસનો)

જ્યારે લાલ બહાદુર શાસ્ત્રીના પ્રધાનમંડળમાં ટી. ટી. કૃષ્ણામાચારી નાણાંમંત્રી હતા ત્યારે તેમના પર હોદ્દાનો દુરુપયોગ કરવાનો કેટલાક આક્ષેપો લાગેલા હતા. ટી. ટી. કૃષ્ણામાચારી કે જેઓ લોકોમાં ટી. ટી. કે. નામથી ઓળખાતા હતા તેમને એવી આશા હતી કે પ્રધાનમંત્રી તેમને ગૃહમાં બચાવી લેશે. જોકે શાસ્ત્રીજી પોતાના હોદ્દાનો દુરુપયોગ કરવાવાળા લોકોને ક્યારેય પસંદ કરતા નહોતા એટલે તેઓ ટી.ટી. કે. નો બચાવ કરવા માટે તૈયાર થયા નહીં. તેથી ટી. ટી. કે. ઘણા તકલીફમાં હતા અને તેમણે શાસ્ત્રીજીને પોતાનું રાજીનામું આપી દીધું. શાસ્ત્રીજીએ ઘણા દુ:ખ સાથે આ રાજીનામાનો સ્વીકાર કર્યો. એ જ દિવસે તેમણે સચિંદ્ર ચૌધરીને પોતાના નવા નાણાંમંત્રી બનાવી દીધા. મને યાદ છે કે મારા પિતાજીએ ત્યારના કૉંગ્રેસ અધ્યક્ષ શ્રી કામરાજ સાથે આ સંબંધમાં ટેલિફોન પર વાત કરી હતી. એ દિવસોમાં શ્રી કામરાજ ચેન્નાઈ (ત્યારનું મદ્રાસ)માં હતા. તેમણે શ્રી કામરાજને જાણ કરી કે પોતે ટી. ટી. કે.નું રાજીનામું મંજૂર કરી લીધું છે અને નવા નાણાંમંત્રી તરીકે સચિંદ્ર ચૌધરીને નિયુક્ત કરી દીધા છે. મારા બનેવી, શ્રી કૌશલકુમાર એ વખતે ત્યાં હાજર હતા. તેમણે ખૂબ નવાઈ લાગી. તેઓ એ જાણવા માગતા હતા કે શાસ્ત્રીજીએ આવડો મોટો નિર્ણય લેતા પહેલાં કૉંગ્રેસ અધ્યક્ષ સાથે

વિચારવિમર્શ કર્યો નહીં તેથી શું કૉંગ્રેસ અધ્યક્ષ નારાજ ના થાય ? શાસ્ત્રીજીએ તેમને દઢતા પરંતુ વિનમ્રતા સાથે કહ્યું કે પ્રધાનમંડળમાં કોણ હશે અને કોણ નહીં હોય એ વડાપ્રધાનનો વિશેષ અધિકાર છે અને હું ક્યારેય આ પ્રકારના વિશેષ અધિકારનો ભંગ નહીં થવા દઉં. સાથે તેમણે એમ પણ કહ્યું કે 'પંડિત નેહરુએ વડાપ્રધાન કાર્યાલયને સત્તા અને કેટલાક અધિકારો આપ્યા હતા. નિશ્ચિત રૂપે એવું પણ ઇચ્છીશ કે કોઈપણ ભોગે આ અધિકારોનો ભંગ ના થાય.'

બુદ્ધિસાર:

નીતિ વિષયક બાબતોની જ્યારે વાત આવે ત્યારે એક આદર્શ નેતા પરામર્શક હોય છે. પરંતુ જ્યારે પોતાના સિદ્ધાંતોની વાત આવે ત્યારે તે એકલો જ નિર્ણાયક બને છે અને બીજા કોઈના સમર્થન વિના પોતાના કડક નિર્ણયો કરે છે.

ઇન્દિરા ગાંધી અને શાસ્ત્રીજી

(સમયગાળો : ૧૯૪૯–૧૯૬૬ની આસપાસનો)

ઇન્દિરા ગાંધી સાથે લાલ બહાદુર શાસ્ત્રીના સંબંધ હંમેશાં સૌજન્યપૂર્ણ હતા. તેમણે પોતાના રાજનૈતિક જીવનનો પ્રારંભ શરૂ કર્યો ત્યારથી તેઓ ભારતના વડાપ્રધાન બન્યા અને તેમનું મૃત્યુ થયું ત્યાં સુધી પોતાની ઉત્તમ કાર્યપ્રણાલી દ્વારા તેમણે આ સૌજન્યશીલતાને અકબંધ રાખી. જ્યારે તેમને મળવાની તક ઊભી થતી હતી ત્યારે તેઓ બંને કૉંગ્રેસ પક્ષ અને રાષ્ટ્ર સાથે જોડાયેલા વિવિધ મુદ્દાઓ ઉપર વિચારવિમર્શ કરતાં હતાં. જ્યારે ઇન્દિરા ગાંધી ભારતીય રાષ્ટ્રીય કૉંગ્રેસના અધ્યક્ષ તરીકે વરાયાં ત્યારે શાસ્ત્રીજી કેન્દ્રિય પરિવહન અને સંચારમંત્રી હતા. એ પછી તેઓ વાણિજ્ય અને ઉદ્યોગમંત્રી બન્યા.

૧૯૬૩માં પક્ષને એવું લાગ્યું કે કેટલાંક વરિષ્ઠ કેબિનેટ મંત્રીઓ અને મુખ્યમંત્રીઓએ સરકારમાંથી ખસી જવું જોઈએ જેથી તેમની કુશળતાનો ઉપયોગ કરીને સંગઠનને મજબૂત બનાવી શકાય. લાલ બહાદુર શાસ્ત્રી એ દિવસોમાં ગૃહમંત્રી હતા અને કામરાજ યોજના અનુસાર રાજીનામું આપવાવાળા એ પહેલી વ્યક્તિ હતા. બીજા લોકોએ પણ તેમનું અનુકરણ કર્યું. જેમાં મોરારજી દેસાઈ અને જગજીવનરામ જેવા કેન્દ્રિય નેતા, ઓરિસ્સા અને ઉત્તરપ્રદેશમાં બીજુ પટનાયક અને સી. બી. ગુપ્તા વગેરે હતા. છ મહિના પછી, જ્યારે પંડિત નેહરુએ શાસ્ત્રીજીને કોઈ અન્ય વિભાગના અન્ય મંત્રીના રૂપમાં પુનઃ સ્થાન

આપ્યું ત્યારે ઇન્દિરા ગાંધીને મોટો ટેકો થયો. પંડિતજીના નિધન પછી શાસ્ત્રીજીએ કામરાજ સાથે મળીને ઇન્દિરાજીને અનુરોધ કર્યો કે તેઓ ભારતનાં વડાપ્રધાન તરીકેનું દાયિત્વ સ્વીકારી લે ત્યારે તેમણે ઘણી નમ્રતા સાથે તેનો અસ્વીકાર કર્યો. તેના કારણના રૂપમાં તેમણે પોતાના પિતાજીના મૃત્યુનું પરિબળ ગણાવ્યું.

લાલ બહાદુર શાસ્ત્રી, જવાહરલાલ નેહરુનું સ્થાન લીધા પછી પોતાના મંત્રીમંડળની રચના કરવામાં રોકાયેલા હતા. તેમની ઇચ્છા હતી કે તેઓ પોતાના મંત્રીમંડળમાં ઇન્દિરા ગાંધીનો પણ સમાવેશ કરે. આ માટે તેમણે ઇન્દિરા ગાંધીને સંમતિ આપવા માટે વિનંતી કરી. પ્રારંભમાં તો ઇન્દિરાજી મંત્રીમંડળમાં જોડાવા ઇચ્છુક નહોતાં અને પોતાના પિતાના મૃત્યુ પછી કેટલાંક સમય માટે તેઓ એકલા રહેવા માગતાં હતાં. જ્યારે શાસ્ત્રીજીએ તેમને ભારપૂર્વક જણાવ્યું કે તમારા જોડાવાથી સરકારની શક્તિ વધી જશે તો તેઓ એક શરત સાથે સંમત થયાં. એ શરત એ હતી કે પોતે માહિતી અને પ્રસારણ જેવું ખાતું સંભાળશે. એ દિવસોમાં આ ખાતામાં ખાસ કામ રહેતું નહીં. આ પ્રમાણે ઇન્દિરાજીએ શાસ્ત્રીજીના મંત્રીમંડળમાં ગુલઝારીલાલ નંદા અને ટી. ટી. કૃષ્ણામાચારી પછી ચોથા સ્થાને કેન્દ્રિય મંત્રીના રૂપમાં સોગંધ લીધા.

શાસ્ત્રીજીના નિધન પછી જ્યારે ઇન્દિરા ગાંધીએ વડાપ્રધાન તરીકે કાર્યભાર સંભાળ્યો ત્યારે તેમણે શાસ્ત્રીજી સાથેના પોતાના સહૃદય સંબંધોને ચાલુ રાખતા મારાં માતા, લલિતાશાસ્ત્રી તથા અમારા પરિવારને એક સરકારી બંગલો ફાળવી દીધો. તેનું કારણ એ હતું કે એ વખતે અમારી પાસે ભારતમાં રહેવા માટે ક્યાંય ઘર નહોતું. મારા પિતાજીનો જન્મ ગરીબીમાં થયો અને તેમનું મૃત્યુ પણ ગરીબીમાં થયું હતું. ઇન્દિરાજી આ બાબતથી બરાબર વાકેફ હતાં. તેમણે મારી

માતાને દર મહિને એકહજાર રૂપિયા પેન્શન પણ મંજૂર કર્યું અને શાસ્ત્રીજીએ કાર ખરીદવા માટે જે લોન લીધી હતી તે પણ માફ કરાવી દીધી.

ઇન્દિરા ગાંધીના મનમાં મારા પિતાજી માટે એટલો આદર હતો કે તેઓ સમયાંતરે મારા માતા અને પરિવારના ખબર અંતર પૂછતાં. પોતે હયાત હતાં ત્યાં સુધી તેમણે મારા મોટાભાઈ હરિ શાસ્ત્રીને લોકસભાની ટિકિટ આપી અને મારા નાનાભાઈ સુનિલ શાસ્ત્રીને ઉત્તરપ્રદેશ વિધાનસભાની ટિકિટ આપી. તેમણે સુનિલને તો ત્રીસ વર્ષની યુવાવસ્થામાં જ ઉત્તરપ્રદેશનો એક મંત્રી પણ બનાવી દીધો હતો. મારા પિતાજી ઘણીવાર કહેતા હતા કે ઇન્દિરા ગાંધી ઘણાં કરુણામય છે અને હું તેમની આ વાત સાથે બિલકુલ સંમત છું. મારું માનવું છે કે આજે પણ કોઈ નેતા તેમના જેવા કરુણામય કે મહાન નથી કારણ કે તેમનામાં ઉત્તમ સંબંધોને સહજ રીતે નિભાવવાનો ગુણ હતો.

બુદ્ધિસાર:

એક મહાન નેતા પોતાના સંબંધો ક્યાં સુધી નિભાવે છે. શાસ્ત્રીજીએ આજીવન પોતાના સંબંધોને એવી રીતે નિભાવ્યા કે તેમના મૃત્યુ પછી પણ એ સંબંધો જળવાઈ રહ્યા. તેઓ પોતાની પાછળ સદ્‌ભાવનાનો ખજાનો અને શ્રદ્ધાનો એક સુંદર વારસો છોડતા ગયા.

હાજરજવાબી શાસ્ત્રીજી

(સમયગાળો : ૧૯૬૪–૧૯૬૬ની આસપાસનો)

જ્યારે શાસ્ત્રીજી કૉંગ્રેસ સંસદીય પાર્ટીના નેતા તરીકે ચૂંટાયા ત્યારે તેમને વડાપ્રધાન પદ માટે પણ જાહેર કરવામાં આવ્યાં, જોકે તેમણે હજીસુધી વડાપ્રધાન પદના સોગંધ લીધા નહોતા. પોતાની વરણી પછી તેઓ પોતાના નિવાસસ્થાને એક પત્રકાર સંમેલનને સંબોધન કરી રહ્યા હતા. એ સંમેલનમાં એક પત્રકારે તેમને પ્રશ્ન કર્યો કે શું આપના મંત્રીમંડળમાં એક નાયબ વડાપ્રધાન પણ હશે ? શાસ્ત્રીજીએ કૂનેહપૂર્વક જવાબ આપ્યો કે હજી સુધી તો હું પોતે જ વડાપ્રધાન બન્યો નથી તો પછી નાયબ વડાપ્રધાનનો પ્રશ્ન ક્યાંથી આવે છે? આ સાંભળીને પત્રકારો હસવા લાગ્યા.

એક અન્ય પત્રકારે ટિપ્પણી કરી કે તેઓ પોતાના પુત્રોને ફેશનેબલ પેન્ટ અને શર્ટની જગ્યાએ તમારી જેમ જ ખાદીનાં સાદા કપડાં પહેરવા માટે કેમ નથી કહેતા ? આ પ્રશ્નનો જવાબ આપતા શાસ્ત્રીજીએ કહ્યું કે, મારા ગરીબ પિતા તો એક શાળામાં શિક્ષક હતા, જ્યારે મારા સંતાનોના પિતા ભારતના વડાપ્રધાન છે.

ભારત-પાકિસ્તાન યુદ્ધ સમયે પાકિસ્તાનના તત્કાલીન વિદેશમંત્રી ઝુલ્ફીકાર અલી ભુટ્ટોએ ભારતની મજાક કરતાં કહ્યું કે તેઓ ડીનર કરવા માટે ટહેલતા ટહેલતા દિલ્હી જશે. જ્યારે શાસ્ત્રીજીને આ વિશે પ્રતિક્રિયા આપવાનું કહેવાયું તો તેમણે વળતો જવાબ આપ્યો કે અલબત્ત, દિલ્હી તેમના (પાકિસ્તાન) માટે ઘણું દૂર છે, પરંતુ

આવતી કાલ સુધીમાં તો આપણું સશસ્ત્ર લશ્કર ટહેલતાં ટહેલતાં લાહોર સુધી પહોંચી જશે.

૩જી જાન્યુઆરી, ૧૯૬૬ના રોજ જ્યારે લાલ બહાદુર શાસ્ત્રીને તાશ્કંદની કમનસીબી યાત્રા પર જવાનું હતું તો એરપોર્ટ પર એક પત્રકારે રમૂજીશૈલીમાં તેમને પૂછ્યું કે તમને તમારાથી ઘણા ઊંચા અયુબખાન સાથે વાત કરતી વખતે લઘુતા ગ્રંથિનો અનુભવ નહીં થાય ત્યારે શાસ્ત્રીજીએ હસતાં હસતાં જવાબ આપ્યો કે બિલકુલ નહીં, હું તો તેમની સાથે માથું ઊંચું કરીને વાત કરીશ જ્યારે તેમણે તો પોતાનું માથું ઝુકાવીને મારી સાથે વાત કરવી પડશે. તો આ હતા તેમના હાજરજવાબીપણાનાં કેટલાંક ઉદાહરણો. તેઓ પોતાની હાજરજવાબી, વાકપટુતા અને ચતુરાઈ ભરેલા જવાબો દ્વારા સામેની વ્યક્તિને મૌન કરી દેતા હતા અને ક્યારેક તીખા પ્રશ્નોને હસીને ટાળી દેતા હતા.

બુદ્ધિસારઃ

ક્યારેક ક્યારેક મિડિયા દ્વારા પૂછાતાં સવાલો બીજાને ઉશ્કેરવા માટે હોય છે ત્યારે તેનો જવાબ આપવાનો ભારે પડી જાય છે. અનુભવી રાજનીતિજ્ઞો અને રાજકારણીઓ મોટાભાગે હસીને આવા પ્રશ્નોને ટાળી દેતા હોય છે અથવા તો વાત બદલી નાખતા હોય છે. તેના કારણે જે હાસ્ય ઉત્પન્ન થાય તેમાં મુખ્ય મુદ્દો ભુલાઈ જતો હોય છે અને નેતાઓનો એ જ ઉપદેશ હોય છે.

હાસ્યનો ઉપયોગ પાશ્વ વિચાર અને માનસિક દક્ષતા પણ પ્રતિબિંબિત કરે છે.

એક મિલનસાર વ્યક્તિત્વ

(સમયગાળો : ૧૯૬૫ની આસપાસનો)

વિરોધ પક્ષ સ્વતંત્ર પાર્ટીના સંસદસભ્યશ્રી મહીદા નરેન્દ્ર સિંહ શાસ્ત્રીજીથી ઘણા નારાજ હતા. એનું કારણ એ હતું કે એક વખત શાસ્ત્રીજીએ વડાપ્રધાન તરીકે ગુજરાતના આણંદની મુલાકાત લીધી હતી જે મહીદા નરેન્દ્ર સિંહનો સંસદીય વિસ્તાર હતો. થયું એવું હતું કે પ્રધાનમંત્રીના કાર્યાલય તરફથી તેમને એવી કોઈ માહિતી મોકલવામાં

આવી નહોતી કે વડાપ્રધાન તેમના સંસદીય મતવિસ્તારની મુલાકાત લેવાના છે. શ્રી મહીદા નરેન્દ્ર સિંહ સ્વતંત્ર પાર્ટીના મહાસચિવ પણ હતા. તેમણે પોતાના પક્ષના કાર્યકરોને વડાપ્રધાન આણંદ આવે ત્યારે કોઈપણ પ્રકારના સ્વાગત સમારંભમાં ન જોડાવા માટેની સલાહ આપી.

જ્યારે શાસ્ત્રીજીને પોતાના કાર્યાલયની આ ભૂલ વિશે માહિતી મળી ત્યારે તેમણે એ જ વખતે તેમના નિવાસસ્થાને જઈને તેમને મળવાનું નક્કી કર્યું અને આ ભૂલ માટે દિલગીરી પણ વ્યક્ત કરી. મહીદા નરેન્દ્ર સિંહ શાસ્ત્રીજીના આ વ્યવહારથી એટલા પ્રભાવિત થયા કે પછીથી તેઓ સ્વતંત્ર પક્ષ છોડીને કૉંગ્રેસમાં જોડાઈ ગયા.

બુદ્ધિસારઃ

શાસ્ત્રીજીમાં એક સંસ્થાનું નિર્માણ કરવાની હતી. જ્યારે તેમણે પ્રતીતિ થઈ કે તેમણે અજાણતા આણંદમાં પોતાના સાથીઓની ઉપેક્ષા કરી છે તો તેમને તરત જ પોતાની ભુલ સુધારી લીધી અને પોતાના વ્યક્તિગત પ્રયાસોથી એક પ્રતિભાશાળી વ્યક્તિને પોતાની ટીમમાં પુનઃ લઈ લીધી.

શિષ્ટતાપૂર્વક 'ના' કહેવાની કળા

(સમયગાળો : ૧૯૬૪ની આસપાસનો)

ભારતના પૂર્વ રાષ્ટ્રપતિ ડૉ. શંકરદયાળ શર્માએ એક વખત મને શાસ્ત્રીજી વિશેનો બનાવ કહ્યો હતો. શંકરદયાળ શર્મા મધ્યપ્રદેશમાં કૉંગ્રેસ પાર્ટીના એક વરિષ્ઠ નેતા હતા અને શાસ્ત્રીજીની ઘણી નજીક હતા. તેઓ કેન્દ્રિય રાજકારણમાં પ્રવેશ કરવાનો મોકો શોધતા હતા. ૧૯૬૪માં જ્યારે લાલ બહાદુર શાસ્ત્રી વડાપ્રધાન બન્યા ત્યારે ડૉ.

શંકરદયાળ શર્માએ હિંમત કરી અને પોતે દિલ્હીમાં કેન્દ્રિય રાજકારણમાં આવા ઈચ્છે છે તેવું જણાવ્યું. જોકે એ વખતે રાજનૈતિક સંજોગો એવા હતા કે શાસ્ત્રીજીને તેમની મધ્યપ્રદેશમાં જ જરૂર હતી. એટલે આવું સાંભળીને થોડીવાર સુધી તેઓ ચૂપ રહ્યા અને પછી બોલ્યા આમ તો તમે દિલ્હીમાં મારા માટે એક મૂડી સાબિત થઈ શકો છો, પરંતુ જો એવું કરવામાં આવે તો મધ્યપ્રદેશમાં મારા માટે કોણ વિશ્વાસપાત્ર વ્યક્તિ હશે. થોડા સમય માટે મને મધ્યપ્રદેશમાં આપના જેવી વ્યક્તિની જરૂરિયાત છે જે રાજ્યોમાં રહીને મારાં કાર્યોને બરાબર આગળ વધારે. આટલું સાંભળતાં શંકરદયાળ શર્મા નિઃશબ્દ થઈ ગયા અને રાજી પણ થયા કે શાસ્ત્રીજીએ તેમના પર વિશ્વાસ મૂક્યો હતો. તેમને શાસ્ત્રીજીનો ભરોસો જાળવીને મધ્યપ્રદેશના રાજકારણમાં રહીને શાસ્ત્રીજીનાં કાર્યોને રાજીખુશીથી સંભાળ્યાં.

બુદ્ધિસારઃ

લાલબહાદર શાસ્ત્રીએ એટલી વિનમ્રતા અને પ્રેરણાત્મક રીતે શંકરદયાળ શર્માના પ્રસ્તાવ ઈનકાર કર્યો કે શંકરદયાળ શર્માને જેમને પણ મળતા હતા તેમને આ વાત ગૌરવથી કહેતા હતા. શાસ્ત્રીજીએ ના પાડીને પણ તેમણે ગૌરવ અપાવ્યું. ના પાડીને પણ તેમણે તેમનું મહત્ત્વ સમજાવ્યું. કદાચ શંકરદયાળ શર્માને આ વાતનો અનુભવ નહોતો. એક 'ના'ને ગૌરવભાવમાં પરિવર્તિત કરી દીધી. ગુણી નેતા પોતાની નજીકના લોકોના ગૌરવ અને મનોબળને નુકસાન ન થાય એ રીતે ના પાડી શકતા હોય છે.

મારી પૃષ્ઠભૂમિ અને વિશેષાધિકાર

(સમયગાળો : ૧૯૬૫ની આસપાસનો)

હું શાળાનો અભ્યાસ પૂરો કરીને ૧૯૬૫માં સ્નાતકનો અભ્યાસ કરવા માટે દિલ્હીની સેન્ટ સ્ટીફન કૉલેજમાં પ્રવેશ મેળવવા ગયો. એ વખતે મારા પિતા ભારતના વડાપ્રધાન હતા. પ્રવેશ મેળવવા માટે જે નિયત પ્રક્રિયા હોય છે તે પ્રમાણે મેં વિધિવત્ ફોર્મ ભરીને રિસેપ્શન કાઉન્ટર પર જમા કરાવ્યું. ફોર્મમાં પોતાનું નામ અનિલકુમાર પિતાનું

નામ એલ. બી. શાસ્ત્રી લખ્યું. તેમનો વ્યવસાય એક સરકારી કર્મચારી અને સરનામું ૧૦, જનપથ એવું લખ્યું. જ્યારે પ્રવેશ ઈન્ટરવ્યુ માટે મારો વારો આવ્યો કોઈ મિ. રોબોટે મને કાર્યાલયમાં બોલાવ્યો અને પૂછ્યું કે શું હું વડાપ્રધાન નિવાસ ૧૦, જનપથમાં રહું છું ? મેં જવાબ આપ્યો કે 'જી હા'. તો તેમને પૂછ્યું કે મારા પિતા આર્થિક ઉપાર્જન માટે શું કરે છે ? અમારો ઉછેર કેટલી વિનમ્રતા અને શાલીનતાથી થયો હતો કે મને એવું જ કહેવું યોગ્ય લાગ્યું કે તેઓ એક સરકારી હોદ્દા પર છે. મેં મારા ફોર્મમાં પણ આવો જ ઉલ્લેખ કર્યો હતો. જોકે મિ. રોબોટે મને તેમનો હોદ્દો જણાવવા દબાણ કર્યું. એ પછી સ્પષ્ટ જવાબ આપ્યો કે ભારતના વડાપ્રધાન છે. મેં જોયું કે એક ક્ષણ માટે તેઓ સ્તબ્ધ થઈ ગયા. તેઓ મને આચાર્યની ચેમ્બરમાં લઈ ગયા. કદાચ તેઓ આ વાત કહેવા માગતા હતા. એવામાં એક વખત સ્ટાફના સભ્ય એ મને હેલ્લો કહ્યું અને રાહ જોવા અનુરોધ કર્યો. મને એવું કહેવામાં આવ્યું કે તમારો ઈન્ટરવ્યુ ઝડપથી પતાવી દેવાશે. સાંજે જ્યારે હું ઘરે પહોંચ્યો ત્યારે મેં શાસ્ત્રીજીને આ વિશે જણાવ્યું. તેમણે કહ્યું કે લાઈનમાં ઊભા રહીને રાહ જોવાની વાત બરાબર કહેવાય પરંતુ એ પછી જે બન્યું તે મને ના ગમ્યું. હું વડાપ્રધાનનો દીકરો છું એટલે મને પ્રાથમિકતા આપવામાં આવી હતી એ યોગ્ય ના કહેવાય. આવું ન થવું જોઈએ.

બુદ્ધિસારઃ

આ સંદર્ભમાં અનિલ શાસ્ત્રી સાથે વધુ ચર્ચા કરતા મને માહિતી મળી કે તેમના પિતા એ જાણીને ખિન્ન થયા હતા કે એ વ્યક્તિને અનિલને આચાર્યના કાર્યાલય સુધી લઈ ગઈ જ્યાં ઘણા વિદ્યાર્થીઓ અગાઉથી લાઈનમાં

ઊભા હતા. અનિલને પહેલી તક આપવામાં આવી અન્ય વિદ્યાર્થીઓને વીસ-ત્રીસ મિનિટ વધુ રાહ જોવી પડે. શાસ્ત્રીજીને એ જાણીને વધારે દુઃખ થયું કે કૉલેજનું આખું કાર્યાલય અનિલ શાસ્ત્રીનો પરિચય પામીને તેના ઉપર જ ધ્યાન આપતું હતું. આવી સ્થિતિનો ભોગ બીજા છાત્રો બન્યા. આ ભાવના મહાત્મા ગાંધીને સૌથી વધુ ગમતા ભજનમાં પ્રતિબિંબિત થાય છે :

'વૈષ્ણવ જન તો તેને કહીં,

જે પીડ પરાઈ જાણે રે.'

એનો અર્થ એ થયો કે સાચો માણસ જ બીજાને દુઃખને સમજી શકે છે.

સહાધ્યાર્થી છોકરીઓ સાથે વાતચીત

(સમયગાળો : ૧૯૬૫ની આસપાસનો)

જ્યારે હું અર્થશાસ્ત્ર(ઓનર્સ)નું ભણવા માટે સેન્ટ સ્ટીફન કૉલેજમાં દાખલ થયો ત્યારે મારી ઉંમર સત્તર વર્ષની હતી. એક સામાન્ય યુવકની જેમ મારા પણ કૉલેજ અને યુનિવર્સિટીમાં કેટલાક મિત્રો હતા, તેમાં છોકરાઓ અને છોકરીઓનો સમાવેશ થતો હતો.

એક દિવસ કૉલેજ પછી મારી કેટલીક સ્ત્રીમિત્રો મને મળવા માટે ઘરે આવી. યોગાનુયોગ એ જ વખતે મારા પિતાજી, કે જેઓ તે સમયે ભારતના વડાપ્રધાન હતા, તેઓ જમવા માટે ઘરે આવવાના હતા. મને એ વિચારીને ખૂબ જ સંકોચ થતો હતો કે તેઓ મને છોકરીઓ સાથે જોઈ લેશે તો શું વિચારશે. એટલે મેં મારી જાતને ક્યાંય સંતાડી દીધી. એટલું જ નહી મેં પ્રવેશદ્વાર પર એવો સંદેશો પણ મોકલાવી દીધો કે કોઈ મારા વિશે પૂછે તો એવો જવાબ આપજો કે હું ઘરે નથી.

જ્યારે શાસ્ત્રીજી ઘરે આવ્યા ત્યારે તેમણે પ્રવેશદ્વાર પર ત્રણ-ચાર છોકરીઓને કોઈની રાહ જોતી જોઈ. જ્યારે તેમણે ખબર પડી કે તેઓ મને મળવા આવી હતી ત્યારે પિતાજીએ ઘણી નમ્રતા સાથે તેમને અંદર આવવા માટે કહ્યું. તેમને ખબર પડી ગઈ હતી કે એ વખતે હું ઘરે જ હતો. તેમને મને બોલાવ્યો. હું ગભરાતો ગભરાતો ત્યાં પહોંચ્યો. હું મને મળવા આવેલી મિત્રો સમક્ષ જે રીતે રજૂ થયો તેનાથી પિતાજી સહેજ પણ ખુશ નહોતા. જ્યારે તેમણે મને મારા આવા વ્યવહારનું કારણ પૂછ્યું ત્યારે મેં એમને કહ્યું કે મને તમારાથી ઘણો સંકોચ થતો હતો. હું એવો વિચારતો હતો કે કદાચ તમે હું છોકરીઓને મળું એ વાત પસંદ નહી કરો. આ સાંભળીને પિતાજીએ થોડી સ્થિરતા સાથે જવાબ આપ્યો કે મારે આવું ના વિચારવું જોઈએ. એકસરખી ઉંમરની છોકરીઓને તમે મળો એમાં મને શું તકલીફ પડે ? મિત્ર તો મિત્ર જ છે, પછી એ છોકરો હોય કે છોકરી.

તેમણે મને મારી મિત્રોને અંદર લઈ જવા અને તેમની સારી રીતે સરભરા કરવા જણાવ્યું. મારા પિતાજીનું કહેવું હતું કે સદીઓથી ભારતમાં અતિથિને ભગવાન માનવામાં આવે છે અને તેમને પૂર્ણ સન્માન અને આદર આપવામાં આવે છે. એટલે મારે પણ મારા મિત્રોને પૂરો આદર આપવો જોઈએ. તેમણે કહ્યું કે અતિથિ સંસ્કાર

તો પ્રાચીન કાળથી ભારતીય સંસ્કૃતિનું સૌથી મહત્ત્વપૂર્ણ અંગ રહ્યું છે. એ પછી હું તરત જ મારી સ્ત્રીમિત્રોને સહજતાથી મળ્યો અને મેં તેમની માફી પણ માગી કે હું ઘરે હોવા છતાં ઘરે નથી એવું જુઠ્ઠું બોલ્યો હતો.

બુદ્ધિસારઃ

શાસ્ત્રીજી વિજાતીય સંબંધોની સ્વાભાવિક જરૂરિયાતને સારી રીતે જાણતા હતા. તેમને ક્યારેય આવા સંબંધોની ઉપેક્ષા કરવાનો કે તેને સંતાડવાનો પ્રયાસ કર્યો નથી. ભારતમાં સેક્સને એક અછૂત વિષય માનવામાં આવે છે અને આપણે જાહેરમાં વિજાતીય પાત્રો માટેની આપણી સ્વાભાવિક લાગણીઓને પ્રગટ કરવામાં સંકોચ અનુભવીએ છીએ. તો ઘણી વખતે આવી લાગણીઓ ખાનગીમાં ઘણા આવેગ સાથે પ્રગટ થતી હોય છે. એટલે તેમાં કોઈ આશ્ચર્યની વાત નથી કે આપણા દેશની વસ્તી નિરંકુશ રીતે વધી રહી છે અને સમાજમાં સેક્સસંબંધિત ગુનાઓમાં જાણે કે પૂર આવ્યું છે.

વિજાતીય મિત્રો સાથે સામાન્ય વહેવાર કરવાને કારણે આપણને પરસ્પર સહજ રીતે વાતચીત કરવામાં સહાય મળે છે એ આપણે ન ભૂલવું જોઈએ.

વિભાગ ૩

એક સ્વસ્થ સમાજ માટે શ્રેષ્ઠ જીવનમૂલ્ય અત્યંત જરૂરી છે. 'એક સ્વસ્થ લોકતંત્રને સભ્ય સમાજની જરૂર પડે છે, તેના માટે આપણે પ્રતિષ્ઠિત, ઉદાર, સહનશીલ અને શિષ્ટ બનીએ એ જરૂરી છે.'

— ચાર્લ્સ ડબ્લ્યુ. પિકરિંગ

લાલ બહાદુર શાસ્ત્રી માણસ જાતનું વધુને વધુ કલ્યાણ કરવામાં વિશ્વાસ ધરાવતા હતા. તેમણે પોતાની જાતને હંમેશા એક સમર્થ અને પ્રેરણાસ્ત્રોતના રૂપમાં જોઈ હતી. દેશને આગળ વધારવામાં તેમણે પોતાનું સર્વશ્રેષ્ઠ પ્રદાન કર્યું હતું. તેઓ ઘણા પ્રગતિશીલ અને ઉદાર પ્રકૃતિના હતા.

જ્યારે તેમને ક્યારેક કડક અને કપરા નિર્ણયો લેવાના આવતા હતા ત્યારે તેઓ હંમેશાં એમ વિચારતા હતા કે આ નિર્ણયની ભારતના લોકો પર શી અસર પડશે?

જાતિસૂચક અટક

(સમયગાળો : ૧૯૧૬ની આસપાસનો)

જ્યારે લાલ બહાદુર શાસ્ત્રી મોગલ સરાયની શાળામાં છઠ્ઠા ધોરણમાં ભણતા હતા ત્યારે તેમનું ધ્યાન પડ્યું કે શાળામાં પોતાનું નામ લાલ બહાદુર વર્મા લખાયું હતું. એ વખતે આમ તો શાસ્ત્રીજી

ફક્ત બાર વર્ષના જ હતા અને આ ઉંમરે સામાન્ય રીતે બાળકોમાં ખાસ સામાજિક જાગૃતિ હોતી નથી. આમ છતાં તેમણે પોતાની માતા અને પરિવારના અન્ય સભ્યો સમક્ષ શાળામાં પોતાના નામ સાથે જોડાયેલી અટકને દૂર કરવાની માગણી કરી, કારણ કે તેઓ જાતિપ્રથાના વિરોધી હતા.

શાસ્ત્રીજીના નાનાજી, મુનશી દરબારીલાલે તેમના આ નિર્ણયનો કોઈ વિરોધ કર્યો નહીં, બલકે તેમને પોતાની સંમતિ આપી. તેમના દીકરા બિંદેશ્વરીપ્રસાદે પણ લાલ બહાદુરના આ વિચારનું સમર્થન કર્યું. જે પોતે પણ પોતાના નામની સાથે જાતિસૂચક અટક લખાવતા નહોતા. એ બધા ભેગા મળીને શાળાના મુખ્ય આચાર્ય પાસે ગયા અને તેમણે શાળાના રેકૉર્ડમાં શાસ્ત્રીજીના નામ સાથે લાગેલી વર્મા અટક દૂર કરવાની વિનંતી કરી. મુખ્ય આચાર્ય પોતે વર્મા હતા, વસંતલાલ વર્મા, પરંતુ તેમણે પણ આ બાબતે કોઈ વાંધો લીધો નહીં. તેમણે અરજી સ્વીકારી એ પછી લોકો લાલ બહાદુર વર્માને 'લાલ બહાદુર'ના નામથી જાણવા લાગ્યા. જ્યારે તેમણે વારાણસી સ્થિત કાશી વિદ્યાપીઠમાંથી 'શાસ્ત્રી' (શાસ્ત્રોના જ્ઞાતા)ની ડિગ્રી મેળવી ત્યારે તેમના નામ સાથે શાસ્ત્રી શબ્દ જોડાયો.

બુદ્ધિસારઃ

લાલ બહાદુર ઘણી નાની ઉંમરથી જ જાતિના આધાર પર સમાજના વિભાજનના વિરોધી હતા. એટલે જ તેમણે પોતાના નામમાંથી અટક દૂર કરવાની ઈચ્છા જાહેર કરી કારણ કે એ શબ્દ તેમની જ્ઞાતિ બતાવતો હતો.

પરિવાર વિરુદ્ધ દેશ

(સમયગાળો : ૧૯૪૦ની આસપાસનો)

એક વખત શાસ્ત્રીજી જેલમાં હતા ત્યારે મારાં મોટાં બહેન ગંભીરરૂપે બિમાર પડ્યાં. જેલના નિયમો પ્રમાણે શાસ્ત્રીજી એક

જાહેરનામા પર હસ્તાક્ષર કરે તે પછી જ પેરોલ પર છૂટી શકે. આ જાહેરનામામાં એવું વચન આપવાનું હતું કે તેઓ પેરોલના સમયગાળામાં કોઈપણ પ્રકારની રાજનૈતિક પ્રવૃત્તિમાં જોડાશે નહી. જોકે શાસ્ત્રીજીનું માનવું હતું કે બ્રિટિશ શાસનની સામે સંઘર્ષ કરી રહેલા એક સ્વાતંત્ર્યસેનાની માટે આ પ્રકારના જાહેરનામા પર હસ્તાક્ષર કરવાનું વ્યાજબી ના ગણાય. એટલે તેમણે ઘોષણાપત્ર પર હસ્તાક્ષર ના કર્યા. જોકે જેલ સુપ્રિન્ટેન્ડેન્ટ શાસ્ત્રીજીનો ખૂબ જ આદર કરતો હતો અને તેમણે શાસ્ત્રીજી પર ખૂબ વિશ્વાસ હતો તેથી તેમણે આવા કોઈ જાહેરનામા વિના જ તેમણે પંદર દિવસ પેરોલ પર જવાની સંમતિ આપી.

કમનસીબે જ્યારે શાસ્ત્રીજી ઘરે પહોંચ્યા ત્યારે મારાં બહેનનું મૃત્યુ થઈ ચૂક્યું હતું. તેમણે તેમના અંતિમ સંસ્કાર કર્યા અને તરત જ પેરોલના પંદર દિવસનો ઉપયોગ કર્યા વિના જ પાછા જેલમાં જતા રહ્યા. એકબીજી વખત મારા મોટા ભાઈ હરિકૃષ્ણ, જે એ વખતે ફક્ત ચાર વર્ષના જ હતા, તેમને ટાઈફૉઈડ થયો. તેમને ખૂબ તાવ હતો અને ઘણા પ્રયત્નો પછી પણ તેમની સ્થિતિમાં કોઈ સુધારો દેખાતો નહોતો. પાછલા પેરોલના સમયમાં શાસ્ત્રીજીનો વહેવાર ઘણો સારો હતો એટલે શાસ્ત્રીજીને આ વખતે પણ પેરોલ મળી ગયા અને તે પણ કોઈપણ શરત વિના. શાસ્ત્રીજી ઘરે પહોંચ્યા અને તેમણે પોતાના બીમાર પુત્રની પુરેપુરી સારવાર કરી. જોકે કમનસીબે હરિકૃષ્ણની સ્થિતિ વધુ ને વધુ બગડતી ગઈ અને જ્યારે પેરોલનો સમયગાળો પૂરો થવાનો હતો ત્યારે જેલ સુપ્રિન્ટેન્ડેન્ટે શાસ્ત્રીજીને જણાવ્યું કે તેમના પેરોલનો સમયગાળો વધારી શકાય છે. જોકે તેમણે આ માટે લેખિતમાં વચન આપવું પડશે કે આ દરમિયાન તેઓ રાજનૈતિક પ્રવૃત્તિમાં જોડાશે નહી. અલબત્ત, હરિકૃષ્ણ ઇચ્છતા હતા કે પિતાજી પોતાની સાથે રહે

પરંતુ શાસ્ત્રીજી તેમની લાગણીઓમાં તણાયા નહીં અને તેમણે સુપ્રિન્ટેન્ડેન્ટને લેખિતમાં વચન આપવાની દરખાસ્ત ઠુકરાવી દીધી અને સમયસર પાછા જેલમાં ચાલ્યા ગયા. પોતાની જિંદગીમાં જે મૂલ્યો હતાં એ મૂલ્યો પ્રમાણે પોતાના વ્યક્તિગત હિતો અને પરિવાર કરતા દેશ ઘણો ઉપર હતો.

બુદ્ધિસાર:

એ શાસ્ત્રીજીની બ્રિટિશ શાસન વિરુદ્ધની અસહકારની ભાવના હતી તેથી તેમને પેરોલના દસ્તાવેજ ઉપર હસ્તાક્ષર ના કર્યા. આ રીતે પેરોલ પર હસ્તાક્ષર ના કરવા એ બ્રિટિશ શાસનના વિરોધમાં પોતાની લાગણી વ્યક્ત કરવાની એક રીત હતી કારણ કે ભારતનું બ્રિટિશ શાસન ગેરકાનૂની હતું અને તેઓ શાસ્ત્રીજીને એ કહેવાતા કાયદાકીય દસ્તાવેજ પર હસ્તાક્ષર કરવા માટે લાચાર કરી શકે તેમ નહોતા. શાસ્ત્રીજી તેમના વિરોધનું અભિયાન અને તેમની ભારત છોડીને ચાલ્યા જવાની માગણીના પોતાના અધિકારને છોડવા માગતા નહોતા. પોતાના બાળકોની સ્થિતિને જોઈને તેમની આંખોમાં આંસુ આવતાં હતાં, પરંતુ તેઓ બ્રિટિશ સામ્રાજ્યવાદની વિરુદ્ધના પોતાના નિશ્ચય પર અડગ હતા.

રાષ્ટ્રસેવાનું સ્વપ્ન

(સમયગાળો : ૧૯૪૫ની આસપાસનો)

વર્ષો પહેલાં, ૧૯૪૫માં લાલ બહાદુર શાસ્ત્રી પોતાના એક મિત્ર સાથે સંસદની કાર્યવાહી જોવા ગયા. આ વાત છે ભારતને

સ્વતંત્રતા મળી તે પહેલાંની. એ વખતે સ્પીકરની જમણી બાજુની દીર્ઘા બ્રિટિશ લોકો માટે અનામત રાખવામાં આવતી હતી. તેવી બ્રિટિશ શાસનની પરંપરા હતી. વિરોધ પક્ષની ખુરશીઓ પર જવાહરલાલ નેહરુ, સરદાર વલ્લભભાઈ પટેલ, મૌલાના આઝાદ, પંડિત ગોવિંદવલ્લભ પંત, ડૉ. રાજેન્દ્ર પ્રસાદ જેવા મહાન કૉંગ્રેસી નેતાઓ તથા બીજા ઘણા લોકો ઉપસ્થિત હતા. સંસદમાં પૂરજોશથી ચર્ચા ચાલી રહી હતી અને વિરોધપક્ષના નેતા પોતાની પૂરી તાકાતથી તર્કબદ્ધ રીતે સરકાર પર હુમલો કરી રહ્યા હતા અને તેમને હેરાન કરી રહ્યા હતા. યુવાન શાસ્ત્રીજી માટે આ ચર્ચા ઘણી રસપ્રદ હતી. તેઓ વિરોધપક્ષમાં બેઠેલા પોતાના મહાન નેતાઓની ચર્ચા શક્તિથી ઘણા પ્રભાવિત થયા હતા. તેમણે પોતાના મિત્રને જણાવ્યું કે હું પોતે પણ એક દિવસ સંસદમાં તે જગ્યાએ બેઠો હોઈશ. મિત્રએ તેમની સામે જોઈને વ્યંગ્યપૂર્ણ હાસ્ય કરીને કહ્યું કે જે પૂરાં ન થઈ શકે તેવાં સ્વપ્ન ના જોવાં જોઈએ. લાલ બહાદુર શાસ્ત્રીને તેમની વાત સાંભળીને ઘણું દુઃખ થયું. તેઓ કશું બોલ્યા નહીં.

આ ઘટનાનાં ઓગણીસ વર્ષ પછી, ૧૯૬૪માં જવાહરલાલ નેહરુના નિધન પછી શાસ્ત્રીજી ભારતના વડાપ્રધાન બન્યા. વડાપ્રધાનની રૂએ તેઓ ગૃહના નેતા હતા. હવે તેમના પેલા મિત્ર માટે કરુણ પરિસ્થિતિ ઊભી થઈ હતી કારણ કે તેમણે તો સંસદભવનની સાર્વજનિક દીર્ઘામાં બેસીને શાસ્ત્રીજીને જોવા, સાંભળવાના હતા. શાસ્ત્રીજીએ તેમને જોયા અને નાનકડું સ્મિત કર્યું.

સાંજે જ્યારે પિતાજી ઘરે આવ્યા ત્યારે તેમને આ આખો પ્રસંગ અમને કહી સંભળાવ્યો. મેં જ્યારે તેમને પૂછ્યું કે તમે પોતાના મિત્રને આ વાત યાદ કેમ ન કરાવી? ત્યારે મારા પિતાએ પોતાનો હાથ મારા ખભા પર રાખીને કહ્યું, 'જો હું તેમને આ વાત યાદ કરાવત તો મારા

અને મારા એ મિત્ર વચ્ચે ફરક જ શું રહે ? હવે તેમને ચોક્કસ એ વાતની પ્રતીતિ થઈ હશે કે તેમણે જે કહ્યું હતું તે બરાબર નહોતું.'

બુદ્ધિસાર:

જ્યારે અનિલે શાસ્ત્રીજીને પૂછ્યું કે વર્ષો પહેલાની એ વાત તેમણે પોતાના મિત્રને શા માટે યાદ ન કરાવી, ત્યારે શાસ્ત્રીજીએ જવાબ આપ્યો કે મિત્રને પોતાની એ વાતનો અફસોસ થતો જ હશે. જો શાસ્ત્રીજી એ વાત જાહેર કરે તો એવું સાબિત થાય કે શાસ્ત્રીજી હજી સુધી એ ઘટનાને ભૂલ્યા નહોતા.

પોતાની ઉપલબ્ધિઓના માધ્યમથી શાસ્ત્રીજીએ અત્યંત પ્રભાવી રીતે ચર્ચામાં જીત મેળવી હતી અને તેઓ એ પણ જાણતા હતા કે કોઈ વ્યક્તિને જો બરાબર પરાજિત કર્યા પછી તેને સાવચેતીપૂર્વક પાછળ જવાનો અવસર આપવો જોઈએ અને તેનું અપમાન ન કરવું જોઈએ.

આ વિવાદને વધુ આગળ વધારવાને બદલે તેમણે તો એ મિત્રને પોતાના મંત્રીમંડળમાં સ્થાન આપ્યું. આવા ઉદારતાભર્યા પ્રયાસોની મદદથી આપણે ભવિષ્યની કોઈ પણ મોટી આપત્તિ વખતે આપણા આવતીકાલના વિરોધીઓને ભવિષ્યમાં સહયોગીઓ બનાવી શકીએ.

પ્રમાણિક અને પ્રતિબદ્ધ કર્મચારીઓ પ્રત્યે સન્માન

(સમયગાળો : ૧૯૫૦-૫૪ની આસપાસનો)

લાલ બહાદુર શાસ્ત્રીના ભાણા (મોટી બહેનના પુત્ર), કનૈયાલાલ ભારતીય રેલવેમાં એક એન્જિનિયરિંગ ચાલક તરીકે કામ કરતા હતા. જ્યારે શાસ્ત્રીજી ભારતના રેલવેમંત્રી બન્યા અને લોકોને કનૈયાલાલ સાથેના તેમના સંબંધની માહિતી મળી ત્યારે લોકોને ખૂબ નવાઈ લાગી. એકવખત એવું બન્યું કે શાસ્ત્રીજી રેલવેમંત્રી તરીકે એક ટ્રેનમાં યાત્રા કરી રહ્યા હતા. એ વખતે તેમને માહિતી મળી કે તેમનો ભાણેજ એન્જિન ચલાવી રહ્યો છે. આગલા સ્ટેશન આવ્યું તેમણે સંદેશો મોકલાવ્યો. કનૈયાલાલે વળતો જવાબ આપ્યો કે ‘જો તમે મને એક મંત્રીની હેસિયતથી બોલાવી રહ્યા છો તો હું આપના આદેશનું પાલન કરીશ. પરંતુ જો આપના ભાણેજને મળવા માગતા હો તો મને માફ કરશો. અત્યારે હું એન્જિનને બીજા કોઈ ચાલક વિના છોડી ન શકું.’

અહીં અન્ય એક મહત્ત્વપૂર્ણ ઘટનાનો ઉલ્લેખ કરીએ. ત્યારે શાસ્ત્રીજી ઉત્તરપ્રદેશના ગૃહમંત્રી હતા. એક દિવસ એક પોલીસ કોન્સ્ટેબલે રેલવે સ્ટેશન પર લાલ બહાદુર શાસ્ત્રીને રોકીને કહ્યું કે, ‘આ ટ્રેનમાં પહેલેથી જ અમારા ગૃહમંત્રી આવી ચૂક્યા છે અને તેમના માટે રસ્તો ખાલી રાખવાનો હોવાથી આપ અહીંથી આગળ નહીં જઈ

શકો.' ત્યારે કેટલાક અકડાયેલા કર્મચારીઓ ત્યાં આવ્યા અને તેઓ પેલા કોન્સ્ટેબલને ધમકાવવા લાગ્યા. શાસ્ત્રીજીએ તેમને એવું કરતાં રોક્યા અને પોતાની ફરજ નિષ્ઠાપૂર્વક નિભાવવા બદલ તેમને એ કોન્સ્ટેબલની પ્રશંસા કરી. એ પછી તેમને પેલા કોન્સ્ટેબલને પૂછ્યું કે શું તે પોતાના સુરક્ષાવિભાગમાં કામ કરશે ? કોન્સ્ટેબલને બીજું શું જોઈતું હોય ? એ તરત જ તૈયાર થઈ ગયો. પોતાની ફરજ પ્રામાણિકતા અને પૂરી જવાબદારી સાથે અદા કરનાર કર્મચારીઓને આ રીતે બિરદાવવાનો અને તેમનું અભિવાદન કરવાનો શાસ્ત્રીજીની આ પોતાની આગવી શૈલી હતી !

બુદ્ધિસાર:

શાસ્ત્રીજી એવું માનતા હતા કે કોઈ પણ વ્યક્તિએ પોતાની હોદ્દાની ગરિમા પ્રમાણે પોતાની ફરજો પૂરેપૂરી પ્રતિબદ્ધતાથી અદા કરવી જોઈએ. તેમના માટે ફરજ અદા કરવી એ ઈશ્વરીય આદેશ હતો. તેમને ફક્ત પોતાની ફરજોને અત્યંત પ્રતિબદ્ધતાથી અદા કરી એટલું જ નહીં જે જે કર્મચારીઓ કર્તવ્યનિષ્ઠામાં સર્વોપરી હતા તેમની પણ કાયમ પ્રશંસા કરી. એનું કારણ જ હતું કે જ્યારે તેમના ભાણેજ તેમને મળવા ના આવ્યા તો પણ પોતાના ભાણેજની પ્રશંસા કરી. એવી જ રીતે તેમણે રેલવે સ્ટેશન પર પોતાને રોકવાનું સાહસ કરનારા કોન્સ્ટેબલની કર્તવ્યનિષ્ઠાને પણ બિરદાવી.

શાસ્ત્રીજીએ ક્યારેય અહંમ્‌ને પોતાના પર પ્રભાવિત થવા દીધો નહી. અહંમ્‌ પર તેમનું એટલું નિયંત્રણ હતું કે પોતાના ભાણેજની વાતને તેમને અપમાનના રૂપમાં ન

લીધી. એ જ રીતે કોન્સ્ટેબલની પોતાના દેશના ગૃહમંત્રીને ન ઓળખી શકવાની ચેષ્ટાનું તેમણે ખોટું ન લગાડ્યું.

તેમના માટે ફરજપાલન એ દુનિયાના કોઈપણ હોદ્દા કરતા ચઢિયાતી બાબત હતી.

અસ્પૃશ્યતાના વિરોધમાં

(સમયગાળો : ૧૯૫૨ની આસપાસનો)

એપ્રિલ ૧૯૫૨માં પંડિત નેહરુએ શાસ્ત્રીજીને ભારતના

રેલવેમંત્રી તરીકે પોતાના મંત્રીમંડળમાં સામેલ કર્યા. હું ચોક્કસ રીતે એ વખતની મહત્ત્વપૂર્ણ ઘટનાઓને યાદ રાખવા માટે ઘણો નાનો હતો. આમ છતાં હું અહીં એક એવા પ્રસંગની વાત કરું છું જે પ્રસંગે મને ખૂબ જ પ્રભાવિત કર્યો હતો અને કદાચ એ પ્રસંગ આજે પણ મને યાદ છે.

જ્યારે શાસ્ત્રીજી ચૂંટણી વખતે વિવિધ ક્ષેત્રોમાં જતા હતા ત્યારે તેમને મોટા ભાગે કૉંગ્રેસના કાર્યકરોના ઘરે પણ જવું પડતું હતું. એ વખતે આ વાત સાવ સામાન્ય હતી. એક વખત એક ગામના ઉચ્ચ જાતિના પરિવારે તેમને જમવા માટે આમંત્રણ આપ્યું. ત્યાં ગયા ત્યારે શાસ્ત્રીજીનું ધ્યાન પડ્યું કે કેટલાક દલિત કાર્યકરોને જુદી થાળીઓમાં ભોજન પીરસવામાં આવ્યું હતું. આમ તો તેઓ આપણા સમાજમાં પ્રવર્તમાન જાતિય ભેદભાવથી સારી રીતે પરિચિત હતા, પરંતુ દલિત કાર્યકરો સાથેનો આ વ્યવહાર તેમને મંજૂર નહોતો. તેમને યજમાનને કહ્યું કે બીજા લોકોને જે થાળીમાં ભોજન પીરસ્યું છે એ થાળીમાં જ દલિતભાઈઓને પણ ભોજન પીરસવામાં આવે. જોકે યજમાને શાસ્ત્રીજીને કહ્યું કે તમે આવું કહેશો નહીં કારણ કે ઉચ્ચ વર્ગના લોકો માટે જુદી જુદી થાળીઓની વ્યવસ્થા કરાય છે. તેમનો આ જવાબ સાંભળીને શાસ્ત્રીજીએ કહ્યું કે દલિત કાર્યકરોને જે થાળીમાં ભોજન પીરસવામાં આવ્યું છે એ થાળીમાં જ જો મને ભોજન પીરસવામાં આવશે તો જ હું જમીશ. નહીંતર હું કોઈપણ સંજોગોમાં ભોજન નહીં કરું. તેમની જિદ સામે યજમાનને ઝુકવું પડ્યું અને દલિત કાર્યકરોની થાળીઓને તાત્કાલિક બદલવામાં આવી. આ રીતે ત્યાં ઉપસ્થિત તમામ લોકો કોઈપણ પ્રકારના ભેદભાવ વગર એક જેવી થાળીમાં જ જમ્યા.

બુદ્ધિસારઃ

મહાત્મા ગાંધી અને લાલ બહાદુર શાસ્ત્રી એ વાત બરાબર જાણતા હતા કે જાતિ અહિંસક રાષ્ટ્રમાં મોટામાં મોટી સામાજિક હિંસા છે. તેમણે સંજોગોની માંગ પ્રમાણે આ રોગનો ઈલાજ કરવા માટે પૂરેપૂરો પ્રયાસ કર્યો.

હટ્ટન તથા તેમના જેવા અન્ય સમાજશાસ્ત્રીઓના કહેવા પ્રમાણે ભારતીયો એક ગૌરવશાળી નશલથી સંબંધ રાખતા હતા અને આક્રમણકારોની વિરોધમાં તેમની રીતે કે હિંસા કરીને લડવા માટે ઈચ્છુક નહોતા. એટલે તેમને જાતિવ્યવસ્થાને સિદ્ધાંતોને સ્વીકાર્યા. આ સહેલો વિકલ્પ હતો. આક્રમણકારી જાતિઓને તેમને હલકી જાતિના જાહેર કર્યા અને તેમની સાથે કોઈ પ્રકારનો સંબંધ ન રાખ્યો કે પછી તેમને શિક્ષિત કરવાનો પ્રયાસ પણ ન કર્યો.

બિનજવાબદાર અધિકારીઓને વશ કરવા

(સમયગાળો : ૧૯૫૨-૬૬ની આસપાસનો)

લાલ બહાદુર શાસ્ત્રીને પોતાના મંત્રીકાળ દરમિયાન અને એ પછી વડાપ્રધાન તરીકે પણ ઘણા એવા અધિકારીઓ સાથે પનારો પડ્યો જે અધિકારીઓ લોકોની જરૂરિયાતો અને અપેક્ષાઓ તરફ ધ્યાન આપતા નહોતા. એટલું જ નહી, લોકો પ્રત્યે તેમનો વ્યવહાર ઘણો બિનજવાબદારીવાળો હતો. શાસ્ત્રીજીએ પ્રતીત કર્યું કે આ અધિકારીઓ સામાન્ય લોકોની મૂળભૂત સમસ્યાઓથી વાકેફ નહોતા. તેથી લોકોની ફરિયાદો સમજવામાં અને તેનો ઉકેલ લાવવામાં તેમને તકલીફ પડતી હતી. શાસ્ત્રીજી આવા અધિકારીઓને ઘણી સલાહ અને વિકલ્પ આપતા. તેઓ અધિકારીઓને શીખવા માટે પ્રેરીને પોતાની જાતને સંવર્ધિત કરે એવું વાતાવરણ પણ આપતા. જ્યારે તેમને ખબર પડતી કે કોઈ વિશેષ અધિકારી પોતાના વહેવારમાં ફેરફાર નથી કરતો ત્યારે તેઓ તેને બીજી જગ્યાએ મૂકી દેતા. નિઃશંક રીતે શાસ્ત્રીજી એ વાતનું પણ બરાબર ધ્યાન રાખતા હતા કે તેના નવા કામમાં સીધી રીતે પ્રજા સંકળાયેલી હોય એવું ના બને. જ્યારે અધિકારીઓની તેઓ બદલી કરતા ત્યારે તેઓ એ બાબતનું ધ્યાન રાખતા હતા કે નવા કામની જવાબદારી કરવામાં એ અધિકારીનો ઉત્સાહ તૂટી ન જાય.

બુદ્ધિસાર:

કોઈ વ્યક્તિને તેના કામની અનુકૂળ અથવા તેની યોગ્યતા પ્રમાણેના હોદ્દા પર નિયુક્ત કરવાની ક્ષમતા એ જનપ્રબંધન યોગ્યતાઓમાં સૌથી મહત્ત્વની જરૂરિયાત છે. શાસ્ત્રીજીમાં આ ક્ષમતા ઠાંસી ઠાંસીને ભરેલી હતી અને તેઓ પોતાની આ ક્ષમતાનો ઘણી સમજદારીથી ઉપયોગ કરતા હતા. અલબત્ત, તેઓ કાયમ એ બાબતનું ધ્યાન રાખતા હતા કે પોતાના દ્વારા જે બદલી થાય તેનાથી કોઈ અધિકારી હતોત્સાહિત ના થાય.

શાસ્ત્રીજી : તમામ માટે કાયમ ઉપલબ્ધ !

(સમયગાળો : ૧૯૫૩ની આસપાસનો)

એ દિવસોમાં લાલ બહાદુર શાસ્ત્રી રેલવેમંત્રી હતા. એ વખતે રેલવે ગાર્ડ, રેલગાડીઓના ચાલકને લાલ કે લીલું સિગ્નલ આપવા માટે કેરોસીનના ફાનસનો ઉપયોગ કરતા હતા. એ વખતે એક ગાર્ડ

એવો પણ હતો જેને ઘણો પ્રમાણિક માનવામાં આવતો. તેમનું નામ હતું શ્રી શંકરસહાય શ્રીવાસ્તવ. બીજી બાજુ તેમના એવા ઘણા સહકર્મીઓ હતા જે જરૂરિયાત કરતા વધારે કેરોસીનનો પૂરવઠો લઈ લેતા હતા અને પોતાના ઘરે લઈ જતા હતા. એટલું જ નહીં તેઓ રેલવે એન્જિનો માટેના કોલસાની પણ ચોરી કરતા હતા. શંકરસહાય આવાં ખોટાં કાર્યોને નફરત કરતા હતા. તેના પરિણામે તેઓ પોતાના સહકર્મીઓ અને અધિકારીઓની આંખોમાં કણાની જેમ ખટકતા હતા. તેમની વારંવાર બદલીઓ થતી અને નોકરીમાંથી બહાર રાખીને તેમને હેરાન પણ કરાતા હતા.

૧૯૫૩માં અલ્લાહાબાદના કુંભમેળામાં યોગાનુયોગ શાસ્ત્રીજીનાં માતા તથા શંકરસહાયનાં માતા એક જ તંબુમાં રોકાયાં હતાં. થોડા પરિચય પછી શ્રીવાસ્તવના માતાએ પોતાના દીકરાની વાત રેલવેમંત્રીની માતાને જણાવી. એ વખતે પણ શ્રીવાસ્તવ નોકરીમાંથી બરતરફ થયેલા હતા. જ્યારે શાસ્ત્રીજી પોતાની માતાને મળવા તંબુમાં ગયા. તેમણે તંબુમાં ઉપસ્થિત તમામ વડીલમહીલાઓ પ્રત્યે નમ્રતા સાથે વંદન કર્યા અને દરેકના ખબરઅંતર પૂછ્યા. એ વખતે શાસ્ત્રીજીના માતાએ તેમને શ્રીવાસ્તવને પડી રહેલી તકલીફોની માહિતી આપી. આ સાંભળતાં જ શાસ્ત્રી અંદરથી હલી ગયા અને તેમણે ગાર્ડ શ્રીવાસ્તવની માતાને પોતાનો અંગત ટેલિફોન નંબર આપ્યો અને કહ્યું કે જ્યારે હું દિલ્હી પહોંચું ત્યારે આપના પુત્રને કહેજો કે મારી સાથે વાત કરે. પોતાનાથી થતી બધી જ મદદ કરવાનું તેમણે વચન આપ્યું. જેવા શાસ્ત્રીજી દિલ્હી પહોંચ્યા તેમણે શ્રીવાસ્તવને લગતા તમામ રેકોર્ડ મંગાવ્યા અને શ્રીવાસ્તવને ખોટી રીતે બરતરફ કરનાર અધિકારીઓ પર કાર્યવાહી કરવાનો આદેશ આપ્યો.

બુદ્ધિસાર:

સમાજના એક જુદા જ વર્ગમાંથી આવેલી અજાણી વ્યક્તિને પણ મદદ કરવાનો શાસ્ત્રીજીનો અભિગમ બતાવે છે કે તેમનામાં કેટલી કરુણા ભરેલી હતી. તેમણે તપાસ કર્યા વગર કોઈ વાયદો ન કરવાની ન્યાયપ્રિયતા પણ બતાવી. સૌથી પહેલાં તો તેમને શ્રીવાસ્તવના તમામ રેકોર્ડની તપાસ કરી અને સત્ય જાણ્યું. એ પછી જ તેમણે જરૂરી કાર્યવાહી કરવાનો આદેશ આપ્યો. આમ તેમનામાં સત્ય અને કરુણા એક સાથે વહેતાં હતાં.

સામાન્ય ચૂંટણી

(સમયગાળો : ૧૯૫૭ની આસપાસનો)

૧૯૫૭ની સામાન્ય ચૂંટણી માટે શાસ્ત્રીજીને કૉંગ્રેસ પક્ષ માટે ફંડ ભેગું કરવાની જવાબદારી સોંપાઈ હતી. આ દરમિયાન તેમને ઘણાં પ્રલોભન મળ્યાં. તેમણે પોતાની ચૂંટણી માટે કે, અન્ય કૉંગ્રેસી ઉમેદવારો માટે ફાળવેલી ધનરાશિથી વધારે રાશિ માંગવાથી તેઓ દૂર રહ્યા. તેમના પોતાના પાસે ચૂંટણીનું ફંડ ઓછું હતું. આમ છતાં તેમણે કોઈ પણ અનૂચિત કાર્ય કરવાનું વિચાર્યું પણ નહીં.

એ વખતે બધાને ખબર જ હતી કે ચૂંટણી પછી તેમણે મહત્ત્વપૂર્ણ હોદ્દો મળવાનો હતો. આ તકનો લાભ લેવા ઘણા લોકોએ તેમને મદદ કરવાનું પણ કહ્યું. જોકે તેમણે આવી કોઈ દરખાસ્તનો અસ્વીકાર કર્યો હતો.

બુદ્ધિસાર:

શાસ્ત્રીજી નૈતિકતાનો આગ્રહ રાખતા હતા. તેઓ નિષ્પક્ષતામાં વિશ્વાસ ધરાવતા હતા અને આવા ઉચ્ચ માપદંડોનું પ્રતિક પણ હતા. તેઓ બીજાને જે મળવાનું હોય તેનાથી વધુ આપવાના ઈચ્છુક નહોતા. ઔદ્યોગિકએકમો પાસેથી પણ ધન લેવાની તેમની રુચિ નહોતી. તેઓ નક્કી કરેલા રમતના નિયમો પ્રમાણે જ

રમત જીતવામાં વિશ્વાસ ધરાવતા હતા. તેમનો એવો તર્ક હતો કે ઉત્તમ સાધ્ય મેળવવા માટે શુદ્ધ સાધન હોવા જોઈએ. નસીબે પણ તેમને સાથ આપ્યો અને પાંખા સાધનો હોવા છતાં તેઓ ચૂંટણીમાં વિજયી બન્યા.

ત્રીસ સેકન્ડમાં ઈશ્વરને પ્રાર્થના

(સમયગાળો : ૧૯૫૯ની આસપાસનો)

જ્યારે હું ઘણો નાનો હતો ત્યારે એકવખત મેં મારા પિતાજીને પૂછ્યું હતું કે શું તેમણે મારી માતાની જેમ જ નિયમિત પૂજા કરી છે ? ઈશ્વરને પ્રાર્થના કરી છે ? ત્યારે તેમણે કહ્યું કે મને એવું કરવાનું ખૂબ ગમે, પરંતુ અત્યંત વ્યસ્તતાને કારણે મને નિયમિત પૂજા કરવાનો સમય જ મળતો નથી. પરંતુ તેમણે જણાવ્યું કે તેઓ રોજ સવારે ફક્ત ત્રીસ સેકન્ડમાં ઈશ્વરને પ્રાર્થના કરે છે. માત્ર ત્રીસ સેકન્ડમાં પ્રાર્થના કરી શકાય એ વાત મારા માનવામાં ન આવે તેવી હતી. મેં પૂછ્યું ત્યારે તેમણે કહ્યું કે મારી પ્રાર્થના સાવ સાદી હોય છે. હું ભગવાનને એવી પ્રાર્થના કરું છું કે આખા દિવસ દરમિયાન હું એવું કશું ન કરું કે ન કહું કે જેનાથી બીજાઓની ભાવનાઓને ઠેસ પહોંચે. મારા જેવા નાનકડા બાળક માટે આ વળી વધુ ચોંકાવનારી વાત હતી કે લોકો પોતાને સુખસગવડ મળે એવી પ્રાર્થના કરતા હોય છે. જ્યારે શાસ્ત્રીજીને તો બીજાઓની ભાવનાઓની ચિંતા થતી હતી.

બુદ્ધિસાર:

શાસ્ત્રીજીની પ્રાર્થના તેમની શક્તિ માટે પાચનનું પણ કામ કરતી હતી. આ મહાન વ્યક્તિને ખબર હતી કે પોતાની અંદર જે સર્વોત્તમ શક્તિ પડેલી છે તેને સંયમમાં

રાખવાની જરૂર હતી. એટલા માટે તેઓ પ્રતિદિન ઈશ્વરને પોતાના શબ્દો અને કાર્યો દ્વારા આ શક્તિ પર નિયંત્રણ રાખવાની પ્રાર્થના કરતા હતા.

અકાલી આંદોલન : આમરણાંત ઉપવાસ

(સમયગાળો : ૧૯૬૨ની આસપાસનો)

જ્યારે શાસ્ત્રીજી ભારતના ગૃહમંત્રી હતા ત્યારની આ વાત છે. પંજાબના જાણીતા વરિષ્ઠ અકાલી નેતા માસ્ટર તારા સિંહ એક પંજાબી પ્રદેશની સ્થાપનાની માંગ સાથે ભૂખ હડતાળ પર બેસી ગયા. તેઓ આમરણાંત ઉપવાસ પર બેઠા હતા. તેમના આ ઉપવાસે સરકારી

તંત્રમાં ઉત્તેજના ઊભી કરી હતી કારણ કે બધાને ખબર હતી કે જો માસ્ટર તારા સિંહનું મૃત્યુ થાય તો તેનાં કેવાં ગંભીર પરિણામો આવી શકે.

એક દિવસ શાસ્ત્રીજી સાઉથ બ્લોકમાં પોતાના કાર્યાલયમાં બેસીને વરિષ્ઠ અધિકારીઓ સાથે વિચારવિમર્શ કરી રહ્યા હતા. એ વખતે એક અધિકારીએ સૂચન કર્યું, 'આપણે તેમની ઈચ્છાની વિરોધમાં જઈને તેમને ભોજન કરાવવાની વ્યવસ્થા કરી શકીએ એમ છીએ.' શાસ્ત્રીજીએ તરત જ એ અધિકારીના પ્રસ્તાવને નકારી દીધો. એ વખતે એવું પહેલીવાર બન્યું કે અધિકારીઓએ તેમને ગુસ્સામાં જોયા. શાસ્ત્રીજીએ કહ્યું, 'જે કૃત્ય બ્રિટિશ સરકારે સ્વતંત્રતાસંગ્રામ વખતે ગાંધીજી સાથે કે આપણી સાથે પણ નથી કર્યું એ કૃત્ય, સ્વતંત્રતા પછી આપણે આપણા લોકો સાથે જ કરીએ !' બ્રિટિશ શાસકો પણ એ વાતથી સારી રીતે વાકેફ હતા કે જો ગાંધીજીનું ઉપવાસ આંદોલન દરમિયાન મૃત્યુ થાય તો તેના પરિણામ કેવા આવે. આમ છતાં તેમણે ક્યારેય ગાંધીજીને જબરદસ્તીથી ભોજન કરાવીને તેમનું અપમાન કરવાનો પ્રયાસ નહોતો કર્યો. જો કોઈ વ્યક્તિ કોઈ ધ્યેય માટે પોતાના જીવનનો સર્વોચ્ચ ત્યાગ આપવા માટે તૈયાર હોય તો આપણે કોણ હોઈએ છીએ કે માનવગરિમાને નુકસાન પહોંચાડવવાવાળા ? આપણે કોણ હોઈએ તેમના પર અપમાનનો દંડ લાદવાવાળા ?

શાસ્ત્રીજીએ પંજાબી પ્રદેશની સ્થાપનાના સંદર્ભે માસ્ટર તારા સિંહ સાથે સંવાદ કરવા પંજાબ જવાનું નક્કી કર્યું. ત્યાં ગયા પછી તેમની વચ્ચે કલાકોના કલાકો વાતચીત થતી રહી. આ વિચારવિમર્શ વખતે બંને પક્ષોએ કોઈ ત્રાહિત વ્યક્તિની સહાયતા લીધી નહીં. આ વાતચીત ફક્ત જ એ બંને વચ્ચે જ થઈ. કલાકો સુધી ખેંચાયેલી આ વાતચીત પછી મોડી રાતે શાસ્ત્રીજી હસતાં હસતાં માસ્ટર તારા સિંહના

ખંડમાંથી બહાર આવ્યા અને બહાર રાહ જોતા મિડિયાના સભ્યો અને અધિકારીઓ સામે તેમને જાહેરાત કરી કે માસ્ટર તારા સિંહ પોતાના ઉપવાસ છોડવા માટે તૈયાર થઈ ગયા છે. અલબત્ત, માસ્ટર તારા સિંહે શાસ્ત્રીજીને કહ્યું હતું કે પોતે સુવર્ણમંદિરના ગુરુદ્વારામાં જઈને લોકોના પગરખા સાફ કરીને એઠાં વાસણો ધોઈને પ્રાયશ્ચિત કરશે. આ રીતે શાસ્ત્રીજીએ કોઈ પણ પ્રકારની જોર-જબરદસ્તી કર્યા વિના બીજા પક્ષને રાજી કરીને એક મોટો ઉપદેશ મેળવીને સફળતા પ્રાપ્ત કરી હતી.

બુદ્ધિસારઃ

આ નાનકડી વાત બતાવે છે કે તમારે તમારા વિરોધીઓની ગરિમાનું પણ સન્માન કરવું જોઈએ. જો કોઈ વ્યક્તિ પાસે ઘણી શક્તિ હોય તો પણ તેને પોતાના વિરોધીઓ પર ક્રુરતા ન આચરવી જોઈએ. શાસ્ત્રીજી પાસે પોતાની શક્તિ પર નિયંત્રણ રાખવાની બીજી એક પણ તરકીબ હતી. પોતાના વિરોધીઓની ગરિમા માટે તેમની ચિંતા. તેમના જ્ઞાન અને તેમની ત્યાગભાવનાએ તેમને શિખવાડ્યું હતું કે દરેક સમસ્યાનો એક ઉચિત ઉકેલ હોય છે. જે સમસ્યા આજ સુધી તમને ઉકેલ વગરની દેખાતી હોય એ સમસ્યાનો કાલે હલ આવી જાય અને એ સમસ્યા ઉકેલાઈ જાય.

જો તમારી કોઈ વ્યક્તિ સાથે ગેરસમજ થઈ હોય અથવા તમારા બંનેના ઉદેશ જુદા જુદા હોય તેને કારણે પરસ્પર સંઘર્ષની સ્થિતિ ઊભી થઈ હોય તો તેને સમાપ્ત કરવા

માટે તમામ વિકલ્પો પર વિચાર કરવો જોઈએ. જો તમે તમારા વિરોધીઓ કરતા વધુ શક્તિશાળી હોવ તો પણ તમારી શક્તિ સૌથી મોટો અને સાચો વિકલ્પ નથી. તમે જો તમારી તાકાતથી તમારા વિરોધીઓને હંફાવવા અને નમાવવા લાચાર કરી શકો તો પણ તમે એ વ્યક્તિને પોતાના પરાજયનું અપમાન ભૂલવા માટે લાચાર કરી શકતા નથી. પોતાના આ અપમાનની યાદ હંમેશા તેને ચચરતી રહે અને તેના મનમાં અસંતોષ ઉત્પન્ન થતો રહે. એના કારણે તે બદલો લેવાની ફિરાકમાં જ રહે. ધારો કે એવું ન થાય તો પણ, તમારી નબળી સ્થિતિમાં તમે એ વ્યક્તિની કુદૃષ્ટિનો ભોગ તો બનો જ.

૧૯૪૭માં લાલ બહાદુર શાસ્ત્રી પંતજીના મંત્રીમંડળમાં પોલીસ અને પરિવહન મંત્રી બનાવાયા હતા. સામાન્ય રીતે પોલીસ વિભાગના પ્રભારી મંત્રી લાંબા સમય સુધી લોકપ્રિય બની શકતા નથી હોતા. જોકે શાસ્ત્રીજીના કિસ્સામાં એવું થયું ન હતું. તેમણે ક્યારેય પોલીસને લાઠીચાર્જ કરવાની કે ગોળી ચલાવવાની સંમત્તિ આપી નહોતી. કારણ કે તેમનો હિંસામાં વિશ્વાસ જ નહોતો. તેમણે ઉત્તેજિત ટોળાને વિખેરવા માટે લાઠીચાર્જ કરવાને બદલે પાણીનો ઉપયોગ કરવાનો વધારે યોગ્ય ગણ્યું હતું. અલબત્ત, તેમના કાર્યકાળમાં ઉત્તરપ્રદેશમાં અનેકવખત હડતાળો પડી, પરંતુ એકપણ વખત એવું બન્યું નહીં કે લોકોએ શાસ્ત્રીજીની વિરોધમાં નારા લગાવ્યા હોય.

શાસ્ત્રીજી માટે દરેક વ્યક્તિની ગરિમા મહત્ત્વપૂર્ણ હતી

એટલું જ નહીં, પરંતુ ખોટા કાર્ય કરવાવાળી વ્યક્તિને આપેલી પીડા પણ તેમના માટે મહત્ત્વપૂર્ણ હતી.

શાસ્ત્રીજી નિર્ધારિત પરિણામ મેળવવા માટે જરૂરિયાત કરતા વધારે શક્તિનો ઉપયોગ કરવામાં વિશ્વાસ રાખતા નહોતા. તેથી જ તેઓ લાઠીચાર્જને બદલે પાણીના છંટકાવના વિકલ્પને શ્રેષ્ઠ માનતા હતા.

કાશ્મીર સમસ્યા

(સમયગાળો : ૧૯૬૪ની આસપાસનો)

આ ઘટના વર્ષ ૧૯૬૪ના જાન્યુઆરી મહિનાની છે, જ્યારે એક દિવસ વડાપ્રધાન જવાહરલાલ નેહરુએ અચાનક શાસ્ત્રીજીને બોલાવ્યા અને તેમને તાત્કાલીક કાશ્મીર જવા માટે કહ્યું. હકીકતમાં શ્રીનગર સ્થિત તીર્થધામ હજરતબાલમાં, મોહંમદ પયગંબરના પવિત્ર વાળ હતા તે ગુમ થઈ ગયા હતા. આને કારણે કાશ્મીર ઘાટીમાં સ્થિતિ વણસી ગઈ હતી અને લોકો ઉશ્કેરાઈ ગયા હતા. સ્થિતિની ગંભીરતાને ધ્યાનમાં રાખીને શાસ્ત્રીજીને તરત જ જવાનો આદેશ અપાયો હતો. જેથી પક્ષોને સંતોષીને આ મુદ્દાને શાંત કરી શકાય.

એ વખતે શ્રીનગરમાં કડકડતી ઠંડી પડી રહી હતી અને પંડિતજી જાણતા હતા કે શાસ્ત્રીજી પાસે ખાદીનો એક જ ગરમ કોટ હતો. પંડિતજીએ કાશ્મીરની કાતિલ ઠંડીથી બચવા માટે શાસ્ત્રીજીને પોતાનો ઓવરકોટ આપ્યો. શાસ્ત્રીજી શ્રીનગર જઈને અનેક વ્યક્તિઓને મળ્યા. એ વખતે સૌથી પ્રભાવશાળી વ્યક્તિ હતા નેશનલ કૉન્ફરન્સ પક્ષના મૌલાના મસૂદી અને મિરવાઇઝ મૌલવી ફારુક. તેમને જ વાળ રૂપી સ્મૃતિચિહ્ન બતાવીને ખાતરી કરાવવાની હતી કે સ્મૃતિચિહ્ન મળી ગયાં હતાં અને તે જ અસલી હતાં. શાસ્ત્રીજી આ ઘટનાઓની પાછળનાં જોખમોથી પૂરેપૂરા વાકેફ હતા. ગૃહસચિવ અને જાસૂસી સંસ્થાના નિર્દેશકે આ અંગે અગાઉ જ તેમને ચેતવી દીધા હતા.

એ દિવસ પછી, તેમને પોતાની જ ટીમના એક સભ્ય પાસેથી એક વાત જાણવા મળી. જાસૂસી સંસ્થાના નિર્દેશક માનતા હતા કે જો શાસ્ત્રીજી વિકટ સમસ્યાનો ઉકેલ લાવવાની પોતાની ખ્યાતિને બરકરાર રાખવા માગતા હોય તો તેમના માટે જરૂરી હતી કે તેઓ પહેલી ફ્લાઇટ પકડીને સીધા દિલ્હી ભેગા થઈ જાય. તેનું કારણ એ હતું કે શ્રીનગરમાં સ્થિતિ ઘણી વિસ્ફોટક થઈ શકે તેમ હતી. શાસ્ત્રીજીએ આ સલાહને સાંભળી ખરી, પરંતુ પોતાની કોઈ પ્રતિક્રિયા ના આપી.

મૌન રહ્યા.

બીજા દિવસે તેમણે ગૃહસચિવ અને જાસૂસી સંસ્થાના નિર્દેશકને ફોન કરીને એક બેઠક કરવાનું કહ્યું. તેમણે જણાવ્યું કે સ્તાનિક નેતાઓ સામેની વાતચીત પછી તેઓ પૂર્ણ રીતે સંતુષ્ટ હતા કે તે સ્મૃતિચિહ્નનો મળી જાય તે અત્યંત જરૂરી હતું. સાથે સાથે, શાસ્ત્રીજીએ ગૃહસચિવ અને જાસૂસી સંસ્થાના વડાને ખાતરી આપી કે જો કાશ્મીરમાં તંગદિલી ઊભી થશે તો તેના માટે તેઓ જવાબદાર નહીં ગણાય અને શાસ્ત્રીજી યુવા અધિકારીઓની મદદથી સંપૂર્ણ વ્યવસ્થાને બરાબર કરી નાખશે. જો એવી સ્થિતિનું નિર્માણ થશે તો તેઓ બંનેને દિલ્હી પરત ફરવાની સલાહ આપશે. એ સમયના શાસ્ત્રીજીના અંગત સચિવ શ્રી રાજેશ્વર પ્રસાદ, આઈએએસએ શાસ્ત્રીજીના પોતે લખેલા જીવનચરિત્રમાં લખ્યું છે :

“એ પછીના દિવસની બપોરે હજરતબાલ તીર્થસ્થળમાં ‘દિદાર’નો સમય ખૂબ જ ચિંતા અને તનાવથી ભરેલો હતો. એ ઠંડી અને વાદળશાયી બપોર હતી. દરેક બાજુ બરફ જ બરફ દેખાતો હતો અને દાલ સરોવરના કિનારે આવેલી આ મસ્જિદની સાથે સાથે આસપાસનાં ક્ષેત્રોમાં પણ લોકોની ટુકડીઓ ઉમટી રહી હતી. પોલીસનો જબરજસ્ત પ્રબંધ હતો, પરંતુ તમામ પોલીસને પાછળ રાખવામાં આવી હતી. મૌલાના મસૂરે અને અન્ય નેતાઓ સાથે શાસ્ત્રીજી ત્યાં હાજર હતા. એ એક તનાવભરેલો સમય હતો કારણ કે જો મળેલાં સ્મૃતિચિહ્નનો અસલ ના હોય તો ખૂન-ખરાબો થઈ શકે તેમ હતો. પરંતુ જે ક્ષણે સ્મૃતિચિહ્ન ‘દીદાર’ (દર્શન) માટે રાખવામાં આવ્યાં ત્યારે મૌલાના મસૂદી અને અન્યનેતાઓએ તેની બરાબર - પાકી તપાસ કરી અને પછી તરત પોતાના ઘૂંટણ ટેકવીને તેની સામે પોતાનું માથું ઝૂકાવી દીધું.

તેમની પાછળ ઊભેલા અને પરિસરમાં બેઠેલા લોકો સ્મૃતિચિહ્નને જોઈ શકતા નહોતા, પરંતુ પોતાના નેતાઓ દ્વારા પ્રદર્શિત શ્રદ્ધાથી તેઓ પૂરેપૂરી સંતુષ્ટ હતા. તેઓ બધા આનંદથી ચિચિયારી પાડવા લાગ્યા. અને નમન કરવા લાગ્યા. જ્યાં થોડી વાર પહેલાં કંપારી છૂટી જાય તેવી જોખમી રહસ્યમય ક્ષણો હતી ત્યાં થોડીક જ ક્ષણોમાં આનંદ અને ઉત્સવનું વાતાવરણ હતું. ગૃહસચિવ અને જાસૂસી સંસ્થાના નિર્દેશકે મોડી રાત્રે એરપોર્ટ પર શાસ્ત્રીજીને વિદાય કર્યા, તો તેમના ચહેરા પર શાસ્ત્રીજીની બુદ્ધિમત્તા માટેનો પૂરો આદર સ્પષ્ટ રીતે ઝળકતો દેખાયો હતો અને તેમને હોઠ પર ઘણા લાંબા સમય પછી સ્મિત આવ્યું હતું.

...અને શાસ્ત્રીજીએ પુનઃ એક વખત પોતાની સૂઝબૂઝ અને સાહસ દ્વારા વિકટ સમસ્યાઓનો ઉકેલ લાવવાની પોતાની પ્રખ્યાતિને જાળવી રાખી."

બુદ્ધિસાર:

શાસ્ત્રીજીને મહાન રાજનીતિજ્ઞ, ચાણક્યની જેમ સુનિયોજિત રીતે પોતાની રણનીતિનો અમલ કર્યો હતો. તેમણે પહેલાં તો ગૃહસચિવ અને જાસૂસી સંસ્થાના નિર્દેશકેને ઘણી નમ્રતા સાથે એમ કહીને શાંત કરી દીધા કે તમે ધારો તો અહીંથી જઈ શકો છો અને કોઈ પણ પ્રકારની દુર્ઘટના માટે તેમને જવાબદાર ઠરાવવામાં નહીં આવે, અને તેઓ પોતે બધું કરી લેશે.

આ ઉપરાંત તેમણે ગૃહસચિવ અને જાસૂસી સંસ્થાના નિર્દેશકના મનમાં એવું સૂચન કરીને ડર તથા

અસલામતીની ભાવના ઊભી કરી દીધી કે જો તેઓ ચાહે તો પોતાની જવાબદારી, પોતાના નીચેના કર્મચારીઓને સોંપી શકે છે.

કોઈ બહાદુર પોતાની જેમ તેમણે સ્વયં આગળ વધીને બધાનું નેતૃત્વ કર્યું. કોઈ પણ અવરોધ તેમના ઉત્સાહને મારી ના શક્યો. તેમણે બધાંને દેખાડી આપ્યું કે કેવી રીતે બેકાબૂ સાંઢને તેનાં શીંગડાં પકડીને નિયંત્રણમાં લાવી શકાય છે.

અનિર્ણયાત્મકતાના સ્વીકાર

(સમયગાળો : ૧૯૬૪ની આસપાસનો)

જ્યારે લાલ બહાદુર શાસ્ત્રી વડાપ્રધાન હતા, ત્યારે શ્રીમતી વિદ્યાલક્ષ્મી પંડિત પણ એક સંસદસભ્ય હતાં. તેઓ પંડિત નહેરુના નિધન પછી અલ્લાહાબાદ જિલ્લાના ફૂલપુર ચૂંટણી વિસ્તારની ખાલી પડેલી બેઠક જીતીને સંસદમાં પહોંચ્યાં હતાં. તેઓ એક સત્યવક્તા અને સરળ રાજનીતિજ્ઞ હતાં. પોતાને યોગ્ય લાગે તેવું જ કરવામાં તેઓ માનતાં હતાં.

લાલ બહાદુર શાસ્ત્રીએ એક પ્રભાવશાળી અને મહાન હસ્તીનું સ્થાન લીધું હતું એટલે સ્વાભાવિક રીતે તેમને પંડિત નેહરુની સરખામણીએ નબળા વડાપ્રધાન માનવામાં આવતા. શાસ્ત્રીજીએ પોતે એ વાત સ્વીકારી હતી કે મારા માટે મોટામાં મોટી સમસ્યા એ છે કે હું જવાહરલાલ નેહરુ જેવા મહાન વ્યક્તિત્વનો ઉત્તરાધિકારી બન્યો છું. વિજયાલક્ષ્મી પંડિતે એક વખત સરકારની કાર્યવાહી પર ઉગ્ર ટિપ્પણી કરતા શાસ્ત્રીજીને અનિર્ણયાત્મકના શિકાર કહી નાખ્યા. તેમની આ વાતથી શાસ્ત્રીજીને મોટો ધક્કો લાગ્યો. તેમણે વ્યથિત થઈને કહ્યું કે હું પક્ષનો વિધિવત્ ચૂંટાયેલો નેતા છું. એટલે મારે આ બધું સહન કરવું પડશે.

પછી એ પણ એક અન્ય સમયની વાત થઈ કે ભારત-પાકિસ્તાન યુદ્ધ દરમિયાન લોકોએ શાસ્ત્રીજીના નેતૃત્વને યોગ્ય જ માન્યું. તેમને

જે નિર્ણયાત્મકતાથી ભારતના લશ્કરને પૂરી તાકાત સાથે જવાબી કાર્યવાહી કરવાનો આદેશ આપ્યો અને પોતાની કુશળ રણનીતિની મદદથી લાહોર સહિતના કેટલાક નવા મોરચા ખોલી નાખ્યા. એ વખતે શાસ્ત્રીજીએ માત્ર પોતાના સહયોગીઓ અને મિત્રોને જ આશ્ચર્યમાં નહોતા નાખ્યા બલ્કે લશ્કરને પણ નવાઈ લાગી હતી. યુદ્ધ વખતે તેઓ જ્યારે પણ પાકિસ્તાન વિશે વાત કરતા ત્યારે તેમના ભાષણોમાં પોતાની દૃઢતા સ્પષ્ટ ઝળકતી હતી. તેમના પ્રેરણાત્મક નેતૃત્વએ ભારતીય લશ્કરમાં જુસ્સો પેદા કર્યો હતો. વિજયાલક્ષ્મી પંડિત પાકિસ્તાન સાથેના ૨૨ દિવસના એ યુદ્ધ દરમિયાન લાલ બહાદુર શાસ્ત્રીએ જે રીતે દેશનું નેતૃત્વ કર્યું હતું તેનાથી ઘણાં પ્રભાવિત થયાં હતાં. શાસ્ત્રીજી વિશેના તેમના વિચારો એ પછી ધરમૂળથી બદલાઈ ગયા હતા. તેમણે ઈન્ડિયન એક્સપ્રેસના એક પત્રકારને જણાવ્યું હતું કે 'એક ઉત્કૃષ્ટ અસાધારણ ક્ષમતાવાળા નેતાને ઓછા આંકવા એ મારી ભૂલ હતી.' આ વાત વાંચીને શાસ્ત્રીજી વિજયલક્ષ્મી પંડિતના ઘરે ગયા અને તેમણે વ્યક્તિગત રૂપે તેમનો આભાર માન્યો. આ પણ એક મહાન નેતાની નિશાની હતી.

બુદ્ધિસારઃ

શાસ્ત્રીજી પોતાના પર આરોપિત કરાતા દરેક આક્ષેપની પ્રતિક્રિયાવાળી આપવાવાળી વ્યક્તિ નહોતા. અલબત્ત, તેઓ જાણતા હતા કે વિજયાલક્ષ્મી પંડિત તેમને એક સમર્થ નેતાના રૂપમાં સ્વીકારતા નહોતા. આમ છતાં પણ તેમણે તેમની સાથેના સંબંધોમાં કડવાશ આવવા દીધી નહી. તેમને પોતાની જાતમાં પૂરો વિશ્વાસ હતો કારણ કે તેમણે પોતાની ક્ષમતા અને નેતૃત્વના ગુણોની જાણકારી

હતી. આ બધા ગુણો વિવિધ મંત્રીસ્તરીય વિભાગોમાં મહત્ત્વપૂર્ણ હોદ્દાઓ પર રહીને તેમણે આત્મસાત કર્યા હતા. તેથી તેમણે પૂર્ણ સક્રિયતાથી વિજ્યાલક્ષ્મીના મનમાં ઊભી થયેલી ગેરસમજોને દૂર કરવાનો પ્રયત્ન કરવાને બદલે પોતાની જાતને સાબિત કરવાની પ્રતિક્ષા કરવાનું નક્કી કર્યું. તેના પરિણામે જ જ્યારે સમય આવ્યો ત્યારે વિજ્યાલક્ષ્મી પંડિતે પોતે પોતાના શબ્દો પાછા લેવા પડ્યા.

પાકિસ્તાન સામે યુદ્ધ

(સમયગાળો : આશરે ૧૯૬૫ની આસપાસ)

૩૧મી ઓગસ્ટ, ૧૯૬૫નો દિવસ હતો. એ રાત્રે આશ્ચર્યજનક રીતે શાસ્ત્રીજીએ સાંજનું વાળું ખૂબ જ ઝડપથી કરી લીધું હતું. રાત્રે આઠ વાગ્યની આસપાસ તેમના અંગત સચિવે તેમને જાણ કરી કે સશસ્ત્ર સેનાની ત્રણેય પાંખના વડાઓ તેમને ઝડપથી મળવા માગે છે. એમણે તરત જ તેમને વડાપ્રધાન કાર્યાલયમાં બોલાવવા જણાવ્યું. થોડી જ ક્ષણોમાં વાયુ સેના, સ્થળ સેના અને જળ સેનાના વડા ૧૦, જનપથ પહોંચી ગયા, જે એ દિવસોમાં શાસ્ત્રીજીનું નિવાસસ્થાન હતું.

શાસ્ત્રીજી ડાઇનિંગ ખંડ છોડીને સીધા તેમને મળવા ત્યાં ગયા. માત્ર સાત મિનિટમાં જ તેઓ પરત આવ્યા અને એ પછી પોતાનું ડીનર લેવા લાગ્યા. અમને બધાને ખૂબ નવાઈ લાગી રહી હતી કે અચાનક એવું તો શું બન્યું હતું કે ત્રણેય પાંખના વડા તાત્કાલિક તેમને મળવા માટે આવ્યા હતા? અમે તેમને એ બેઠકમાં શી વાતચીત થઈ તે જણાવવા વિનંતી કરી તો તેમણે માત્ર એટલું જ કહ્યું કે ‘એક યુદ્ધ માટે તૈયાર રહો’

એ પછી તેમણે વિસ્તારથી અમને જણાવ્યું કે પાકિસ્તાની સેનાએ છમ્બ સેકટરમાં આંતરરાષ્ટ્રીય સીમાનું ઉલ્લંઘન કર્યું હતું અને જો તેમને તરત રોકવામાં ના આવે તો ભારત સાથેના જમ્મુ અને કાશ્મીરનો

સંપર્ક તૂટી જાય તેવી સ્થિતિ હતી. તેનો અર્થ એ થાય કે કાશ્મીર ભારતથી છૂટું પડી જાય. તેનો અર્થ એ હતો કે છમ્બ સેકટરમાંથી તેનું ધ્યાન ચલિત કરવા માટે બીજા મોરચા ખોલવામાં આવે. શાસ્ત્રીજીએ તરત જ ત્રણેય પાંખોના વડાને આગળ વધવાનો નિર્દેશ આપ્યો અને કહ્યું કે નવા મોરચામાં તેઓ લાહોર પર કબજો મેળવવાને પણ સામેલ કરી લે.

થોડા જ દિવસોમાં આપણા લશ્કરે અમૃતસર પાસેની

આંતરરાષ્ટ્રીય સીમા પાર કરીને લાહોર તરફ કૂચ કરવાનો પ્રારંભ કર્યો. બીજી તરફ પાકિસ્તાનના તત્કાલીન રાષ્ટ્રપતિ જનરલ અયૂબ ખાને પોતાની સેનાને ભારતીય સેનાથી લાહોરને બચાવવા માટેનો હુકમ કર્યો. આ રીતે પાકિસ્તાની સેના લાહોર તરફ આવી અને તેમનું ધ્યાન છમ્બ સેકટર પરથી હટ્યું. શાસ્ત્રીજીની આ પહેલી રણનીતિ સફળ રહી.

લાલ બહાદુર શાસ્ત્રીએ વાયુ સેનાને આકાશમાંથી પણ પાકિસ્તાન પર હુમલો કરવાનો આદેશ આપી દીધો હતો. ભારતીય વાયુ સેનાએ આ રીતની લશ્કરી કાર્યવાહી કરી હોય તેવું સ્વતંત્રતા પછી પહેલી વખત બન્યું હતું. ભારતીય લશ્કરે આંતરરાષ્ટ્રીય સીમાનું ઉલ્લંઘન કર્યું હોય તેવી પણ સ્વતંત્રતા પછીની આ પહેલી ઘટના હતી. ૨૨ દિવસ ચાલેલા આ યુદ્ધમાં ભારતીય સેનાએ પાકિસ્તાનના વિસ્તારનાં કેટલાંક મહત્ત્વપૂર્ણ સ્થાનો પર કબજો કરી લીધો હતો.

એ વખતે ભારતીય વાયુસેનાના પ્રમુખ એર માર્શલ અર્જુનસિંહ હતા જે એ વખતે વાયુસેનાના માર્શલ પણ હતા. તેમનું કહેવું હતું કે યુદ્ધમાં લાલ બહાદુર શાસ્ત્રીથી ચડિયાતા વડાપ્રધાન ભારતને કોઈ મળી ના શકે. તેઓ આગળ કહે છે જે તત્પરતાથી શાસ્ત્રીજીએ સશસ્ત્ર સેનાઓને આગળ વધવાનો સંકેત આપ્યો હતો તેવું ફક્ત શાસ્ત્રીજી જેવા બહાદુર, નિર્ણાયક અને મજબૂત નેતા જ કરી શકે.

બુદ્ધિસારઃ

કોઈ પણ કાર્યવાહી ભલેને ગમે તેટલી શ્રેષ્ઠ કેમ ના હોય,
પણ એ ત્યાં સુધી શ્રેષ્ઠ ના ગણાય જ્યાં સુધી તે
કાર્યવાહીનો ઉદ્દેશ્ય મહાન પ્રાપ્તિ માટેનો ના હોય....
ફ્રાંસ્વા લા રોશેફૂકોલ્ડ

આમ તો શાસ્ત્રીજી અહિંસાની પરંપરામાંથી આવેલા હતા અને તેમણે ક્યારેય હિંસાનો સહારો લીધો નહોતો, આમ છતાં આ ઘટનામાં તેમણે સાચી રાજનીતિનો અમલ કર્યો.

ચાણક્ય પછી તેઓ એવા જૂજ નેતાઓ પૈકીના એક નેતા હતા જેમણે ભારતીયોને ગૌરવ અને સન્માન સાથે જીવવાનો અવસર આપ્યો. જ્યાં લોકો અન્ય કાર્યવાહી કરવાને બદલે અહિંસાની વાતો કરતા હતા પણ શાસ્ત્રીજી જાણતા હતા કે તે વાતો કરવાનો નહિ, તરત જ કાર્યવાહી કરવાનો તકાજો હતો. કાશ્મીર પર થયેલા હુમલાનો જવાબ આપવાને બદલે તેમણે લાહોર પર હુમલો કરવાનો નિર્ણય કર્યો અને પાકિસ્તાની સેનાને વેરવિખેર કરી નાખી.

કદ વામન, વ્યક્તિત્વ ઊંચું

(સમયગાળો : ૧૯૬૪ની આસપાસનો)

ભારતમાં ટેલિવિઝન આવ્યું એ પહેલા સમગ્ર દેશના સિનેમાઘરોમાં પાક્ષિક સમાચાર બતાવવામાં આવતા. સરકારના આદેશ પ્રમાણે આ સમાચાર બતાવવાનું ફરજિયાત હતું. મને યાદ છે કે જ્યારે શાસ્ત્રીજી વડાપ્રધાન થયા ત્યારે સિનેમાગૃહોમાં બેઠેલા પ્રેક્ષકો ન્યૂઝ રીલમાં તેમને જોઈને હસતાં હતા કારણ કે તેઓ નેહરુની જેમ ઊંચાઈ ધરાવતા વ્યક્તિ નહોતા. શાળામાં એ મારું છેલ્લું વર્ષ હતું. આ રીતે મારા પિતાજી ઉપર કોઈ હસતું અને તેમની મજાક ઉડાવતું એ જોઈને મને ખૂબ દુ:ખ થતું. આપણે બધા જાણીએ છીએ કે તેમણે એક મોટા વ્યક્તિત્વ એટલે કે જવાહરલાલ નેહરુ પછી દેશના વડાપ્રધાનની ખુરસી સંભાળી હતી. એ વખતે તેમનું વામન કદ દર્શકોમાં મજાકનું કારણ બન્યું હતું.

આ સિલસિલો ૧લી સપ્ટેમ્બર, ૧૯૬૫ સુધી, ભારત-પાક યુદ્ધ સુધી ચાલતો રહ્યો. યુદ્ધના બાવીસ દિવસ દરમિયાન જે રીતે શાસ્ત્રીજીએ પોતાની નેતૃત્વક્ષમતાનો પરિચય આપ્યો એ આખી વાત અદ્‌ભુત અને અસાધારણ હતી. ઉત્સાહ વધારતા તેમના ભાષણોને કારણે સમગ્ર દેશને પ્રેરણા આપી હતી. લોકોમાં વિશ્વાસ અને જુસ્સાની નવી ભાવના જાગી હતી. ભારતીય લશ્કર ઉત્સાહમાં આવ્યું હતું અને તેણે સ્વતંત્રતા પછી પહેલી વખત આંતરરાષ્ટ્રીય સરહદ બહાર

પગ મૂક્યો હતો. એટલું જ નહી લશ્કર લાહોરના પાદર સુધી પહોંચી ગયું હતું. ભારતના સમગ્ર ઈતિહાસમાં ઘણા લાંબા પછી એવું બન્યું હતું જ્યારે યુદ્ધ શત્રુની ધરતી પર લડાઈ રહ્યું હતું અને તેની સફળતાનું શ્રેય આપણા રાજનૈતિક નેતૃત્વ, કે જેની બાગડોર લાલ બહાદુર શાસ્ત્રીના હાથમાં હતી, ને આપવામાં આવતું હતું. એક ટેલિવિઝન ચેનલને આપેલી મુલાકાતમાં વાયુસેના માર્શલ અર્જન સિંહ (તત્કાલીન વાયુસેના પ્રમુખ) કંઈક કહ્યું હતું કે ૧૯૬૫ના યુદ્ધકાળ દરમિયાન લાલ બહાદુર શાસ્ત્રીથી ચઢિયાતા વડાપ્રધાન બીજા કોઈ બની શક્યા ના હોત. એ વખતે અખબારોના અહેવાલોમાં કહેવાયું હતું કે શાસ્ત્રીજીને પ્રારંભમાં ભલે ઓછા આંકવામાં આવ્યા હતા પરંતુ તેઓ ઉત્કૃષ્ટ અને અસાધારણ ક્ષમતાવાળા નેતા સાબિત થયા હતા.

યુદ્ધની સમાપ્તિ પછી ૧૯૬૫માં સિનેમાઘરોનાં દૃશ્યો પૂરી રીતે બદલાઈ ગયાં. જે પ્રેક્ષકો પહેલા તેમની મજાક કરતા હતા હવે તેઓ પડદા પર શાસ્ત્રીજીનો ચહેરો જોઈને ઉત્સાહમાં આવીને જુસ્સાભેર તાળીઓ પાડતા હતા અને તેમની પ્રશંસા પણ કરતા હતા. મને એ જોઈને ખૂબ સારુ લાગતું હતું. હું મારો આનંદ મારા પિતા સાથે વહેંચતો હતો. મને યાદ છે કે એ વખતે તેમણે ફક્ત એટલું જ કહ્યું હતું કે 'મહાન યુદ્ધ ફક્ત યુદ્ધ કરવાની ઈચ્છાશક્તિ સાથે જ જીતી શકાય છે. લોકો નમ્ર નહી પરંતુ બહાદુર વ્યક્તિની પ્રશંસા કરે છે.'

બુદ્ધિસાર:

લોકોને પારંપરિક ગુણો ધરાવતા નેતાઓની આદત હોય છે. નેહરુજીના વ્યક્તિત્વને જોઈને લોકોના મનમાં નેતા વિશે એવી છાપ ઉભી થઈ હતી કે જેનું કદ ઊંચું હોય તે નિર્ભીક, પ્રભાવશાળી અને મહાન વક્તા હોય. લોકો

માટે નેતા બનવાની આ પ્રાથમિક શરત હતી. લાલ બહાદુર શાસ્ત્રી બધી જ રીતે તેનાથી ઉલટા હતા. તેઓ બેઠી દડીના હતા, શાંત હતા અને સરેરાશ વક્તા હતા. એટલે પ્રજાના મનમાં નેતાની જે છબી હતી તેમાં તેઓ ફીટ થતા નહોતા. આ બાબતો શાસ્ત્રીજીને ક્યારેય તકલીફમાં નહોતી મૂકતી. તેમણે ક્યારેય આવી બાબતોને પોતાના પર પ્રભાવિત થવા દીધી નહી. તેમણે પાકિસ્તાન વિરુદ્ધ થયેલા યુદ્ધમાં પોતાના નીડર અને સાહસિક નિર્ણયોથી પોતાની એવી જુદી જ છબિ બનાવી લીધી કે આવનારા લાંબા સમય સુધી તેનો જોટો જડવો મુશ્કેલ હતો. હકીકતમાં કોઈ પણ વ્યક્તિનું શારીરિક કદ નહીં પરંતુ તેને સફળતા દ્વારા મેળવેલી પ્રતિષ્ઠા અને આદર જ મહત્ત્વના હોય છે.

એક વિશ્વસનીય નેતા

(સમયગાળો : ૧૯૬૫ની આસપાસનો)

સપ્ટેમ્બર, ૧૯૬૫માં થયેલા ભારત યુદ્ધ દરમિયાન દેશમાં અનાજની તંગી ઊભી થઈ હતી. આ સ્થિતિ એ વખતે વધારે ગહન બની જ્યારે અમેરિકાના રાષ્ટ્રપતિ લિંડન બેન્સ જહોન્સને એવી ધમકી આપી કે અમેરિકા દ્વારા ભારતને અપાનારો ઘઉંનો પુરવઠો અટકાવી દેવામાં આવશે. એ વખતે ભારત પી.એલ. ૪૮૦ મુજબ અમેરિકાથી ઘઉંની આયાત કરતું હતું. એનો અર્થ એ થયો હતો કે તેની કિંમતની ચૂકવણી ડૉલરને બદલે ભારતના રૂપિયામાં કરાશે. પી.એલ. ૪૮૦માં 'શાંતિના સાટે અન્ન' (શાંતિના બદલામાં અન્ન) યોજના મુજબ વિશ્વાસના ૧૫૦ દેશોને અમેરિકા દ્વારા અનાજ અપાતું હતું, તેમાં ભારતનો સમાવેશ પણ થતો હતો. અમેરિકાના રાષ્ટ્રપતિએ ભારત પર તરત જ યુદ્ધવિરામ કરવા માટે દબાણ કરવાનો પ્રયાસ કર્યો. કદાચ અમેરિકન રાષ્ટ્રપતિએ શાસ્ત્રીજીને તેમના વામન કદને કારણે નબળા સમજી લીધા હતા. તેમની એવી અપેક્ષા હતી કે પોતાની ચેતવણીની અસર થશે. જોકે તેની પ્રતિક્રિયાના ભાગરૂપે, તેમના દબાણને વશ થવાને બદલે, વડાપ્રધાન લાલ બહાદુર શાસ્ત્રીએ અન્નની સમસ્યાનો સામનો કરવા માટે દેશના લોકોને એક ટંક ભોજન ન કરવાનો અનુરોધ કર્યો. તેમણે આ માટે સોમવારનો દિવસ સૂચવ્યો. (લોકો આજે પણ એ સોમવારને શાસ્ત્રીજીના સોમવાર તરીકે યાદ કરે છે.)

આખો દેશ તેમના નિધન પછી એ સ્વીકારે છે કે શાસ્ત્રીજી આત્મસન્માનવાળી વ્યક્તિ હતા અને તેઓ કોઈ પણ સ્થિતિમાં ભારતના લોકોની ગરિમા અને સન્માન સાથે સમાધાન કરવા તૈયાર નહોતા. તેમણે હાથમાં ભીખનો કટોરો લઈને અમેરિકા સામે વિનવણી કરવાને બદલે ભૂખ્યા રહેવાનું વધારે પસંદ કર્યું. શાસ્ત્રીજીએ ભારતના લોકોને કહ્યું કે સોમવારની સાંજે એક ટંક ભોજન ન કરીને આપણે અમેરિકાની ચેતવણીનો જડબાતોડ જવાબ આપીએ. દેશની પ્રજાએ પણ તરત જ તેમની આ વિનંતીની રચનાત્મક પ્રતિક્રિયા આપી. જેને કારણે અમેરિકાની ભારત પર દબાણ લાદવાની નીતિ નિષ્ફળ ગઈ. પોતાના સિદ્ધાંતો પર મજબૂતાઈ સાથે અડગ રહેનારા શાસ્ત્રીજી વડાપ્રધાન તરીકે કેનેડા ગયા પરંતુ એ વખતે અમેરિકા ન ગયા. આ

રીતે તેઓ અમેરિકાને સ્પષ્ટ સંદેશ આપવા માગતા હતા.

તેમની આ વિશેષતા તેમના બાળપણની એક ઘટનામાં પણ પ્રદર્શિત થાય છે. તેમને નદીપાર કરીને સામે પાર જવાનું હતું. તેમની પાસે પૈસા નહોતા. નદીપાર કરાવતા નાવિકની મહેરબાનીનો સ્વીકાર કરવાને બદલે તેમણે વારાણસીની વિશાળ ગંગા નદીમાં તરીને સામે કિનારે જવાનું પસંદ કર્યું હતું.

હું અહીં એ વાતનો ચોક્કસ ઉલ્લેખ કરીશ કે તેમણે જ્યારે દેશના લોકોને અઠવાડિયામાં એક ટંક ભોજન ન કરવાની વિનંતી કરી હતી ત્યારે તેમણે મારા માતા લલિતા શાસ્ત્રીને એક ટંક ભોજન નહીં બનાવવાની સૂચના આપી હતી. તેમણે મારી માતાને કહ્યું હતું કે દેશના લોકોને એક ટંક ના ખાવાનો અનુરોધ કરતા પહેલા, હું એ જાણવા માંગું છું કે શું આપણાં બાળકો અઠવાડિયામાં એક દિવસ ભૂખ્યા રહી શકે છે. જ્યારે અમને બાળકોને કોઈ તકલીફ ના પડી ત્યાર પછી જ દેશના લોકોને આ અંગેનો અનુરોધ કર્યો. તેમને એવો વિશ્વાસ હતો કે લોકો મને સાથ આપશે. જે દેશના વડાપ્રધાનનાં સંતાનો એક દિવસ ભૂખ્યાં રહે એ દેશની પ્રજાને પણ એક ટંક છોડવામાં તકલીફ ના પડે.

બુદ્ધિસાર:

આ ઘટના શાસ્ત્રીજીના ચરિત્રની બે વિશેષતાઓ પ્રગટ કરે છે. આત્મસન્માન અને ત્યાગ. એ તેમનું આત્મસન્માન જ હતું કે તેમણે હોડીમાં બેસીને ગંગા પાર કરવાને બદલે તરીને સામે કિનારે જવાનું નક્કી કર્યું. આ પ્રેરણા હતી તેમના આત્મસન્માનની. ભીખનો કટોરો લઈને અમેરિકા સમક્ષ ન જવાનો તેમનો નિર્ણય પણ

આત્મસન્માન પ્રેરિત જ હતો.

વિશાળ ગંગા નદીમાં તરીને જવાની હિંમત અને પોતાના સિદ્ધાંતો પર અડગ રહેવાની પ્રેરણા તેમને તેમની ત્યાગવૃત્તિમાંથી મળી હતી. આ સિદ્ધાંતને કારણે તેઓ કેનેડા ગયા તો પણ, તેમણે વિશ્વના સૌથી શક્તિશાળી દેશ અમેરિકાનો પ્રવાસ ન કર્યો. (અમેરિકા અને કેનેડા જોડે જોડે આવેલા દેશો છે.)

શાસ્ત્રીજી માત્ર આગળ આવીને નેતૃત્વ કરવામાં નહોતા માનતા, પરંતુ તેઓ દેશના લોકોને પોતાની સાથે લઈને નેતૃત્વ કરવામાં માનતા હતા. પ્રજાને તકલીફદાયક સ્થિતિમાં નાખતા પહેલા તેઓ પોતે આવી વિકટ સ્થિતિની પીડાનો અનુભવ કરતા હતા. જ્યારે તેમને પૂર્ણ રીતે સંતોષ થયો કે હું અને મારો પરિવાર ભૂખ્યા રહી શકીએ છીએ એ પછી જ તેમને દેશના લોકો સામે એક ટંક ભોજનનો ત્યાગ કરવાની અપીલ કરી. કદાચ તેને કારણે જ દેશના લોકો પાસેથી હૃદયસ્પર્શી અને વિશાળ સમર્થન તેમને મળ્યું.

જય જવાન, જય કિસાન

(સમયગાળો : ૧૯૬૫ની આસપાસનો)

સપ્ટેમ્બર ૧૯૬૫માં ભારત-પાક યુદ્ધ ચાલતું હતું એ વખતે લાલ બહાદુર શાસ્ત્રીએ એક વખત અલ્હાબાદમાં પોતાના ચૂંટણી વિસ્તારની મુલાકાત લીધી હતી. અહીં તેમણે અલ્હાબાદ શહેરથી ૩૫ કિલોમીટરના અંતરે આવેલા ઉરવા નામના ગામમાં એક જાહેરસભાને સંબોધન કર્યું હતું. આ ભાષણ દરમિયાન તેમણે પહેલી વખતે 'જય જવાન, જય કિસાન'નો નારો આપ્યો. એ નારાને અહીં એકત્રિત થયેલા લોકોએ ઉમળકાભેર વધાવી લીધો. જ્યારે આપણું લશ્કર પાકિસ્તાન સાથે યુદ્ધ કરતું હતું ત્યારે સાચા સમયે તેમણે સાચો નિર્ણય કર્યો. દેશમાં અનાજની કટોકટીનો કરતી વખતે પણ તેમણે પોતાની દક્ષતાનો પરિચય આપ્યો હતો. હું એ વખતે નાનકડો બાળક હતો અને ઉરવાની એ સભામાં હાજર પણ હતો. મને નથી લાગતું કે 'જય જવાન, જય કિસાન'નો એ નારો શાસ્ત્રીજીએ અગાઉથી વિચારીને કહ્યો હોય. ખરેખર એ તાત્કાલિક પ્રતિક્રિયા હતી. ખેર, જોતજોતામાં એ નારો સમગ્ર દેશના લોકોના હોઠ પર આવી ગયો. આજે પણ એ નારો એટલો જ લોકપ્રિય છે. શા માટે આ નારો આટલો લોકપ્રિય છે ? તેનું મુખ્ય કારણ એ છે કે આ નારો, આ સૂત્ર ભારતની ગરિમા અને સન્માનનું પ્રતિક છે. આજે પણ શાસ્ત્રીજીને આ નારા દ્વારા અને આ નારાને શાસ્ત્રીજી દ્વારા ઓળખવામાં આવે છે.

બુદ્ધિસાર:

શાસ્ત્રીજી ઘણા વિનમ્રતા હતા છતાં તેમણે લોકો આદરથી જોતા હતા. તેમના માટે બે બાબતો સવિશેષ મહત્ત્વ ધરાવતી હતી. એ બે બાબતો હતી : રાષ્ટ્રીય અખંડિતતા અને આત્મનિર્ભરતા. તેમને ખબર હતી કે ભારતની પ્રાદેશિક અખંડિતતાનું રક્ષણ કરવા માટે સૈનિકોની ઉત્સાહિત કરવા જરૂરી હતા અને અનાજમાં આત્મનિર્ભરતા પ્રાપ્ત કરવા માટે ખેડૂતોને મહત્તમ અનાજ પેદા કરવાની પ્રેરણા આપવાનું આવશ્યક હતું. 'જય જવાન, જય કિસાન'નો આ લોકપ્રિય નારો કદાચ તેમના આ વિચારમાંથી જ જન્મ્યો હતો.

આ તથ્ય એ વાત પણ દર્શાવે છે કે શાસ્ત્રીજી માત્ર કુટનીતિજ્ઞ નહોતા તેઓ રચનાત્મક પણ હતા.

યુદ્ધનાયક

(સમયગાળો : ૧૯૬૫ની આસપાસનો)

સપ્ટેમ્બર ૧૯૬૫ના ભારત-પાકિસ્તાન યુદ્ધ દરમિયાન, લાલ બહાદુર શાસ્ત્રી ઈજાગ્રસ્ત સૈનિકોને મળવા માટે દિલ્હીની સૈનિક હૉસ્પિટલમાં જવા માગતા હતા. તેમણે મને પણ સાથે આવવા અંગે પૂછ્યું અને મેં તરત જ હા પાડી દીધી. સવારે સાડાઆગિયારની આસપાસ હૉસ્પિટલ પહોંચી ગયા હતા. શાસ્ત્રીજીને હૉસ્પિટલના વિવિધ વિભાગોમાં લઈ જવામાં આવ્યા. જેવા તેઓ આગળ ધપ્યા કે તેમન કેટલાક ઈજાગ્રસ્ત અધિકારીઓને જ્યાં રાખવામાં આવ્યા હતા ત્યાં લઈ જવામાં આવ્યા. મેં જોયું કે પોતાના વડાપ્રધાનને મળતી વખતે સૈનાના કર્મચારીઓ ખૂબ જ ઉત્સાહિત હતા. કેટલાકે તો એમ પણ કહ્યું કે તેમને જોઈને પોતાની ઈજાની પીડા પણ ભૂલી ગયા છે.

એ વખતે શાસ્ત્રીજીને મેજર ભૂપેન્દ્ર સિંહજી પાસે લઈ જવામાં આવ્યા. યુદ્ધ દરમિયાન એક બૉમ્બ વિસ્ફોટમાં તેઓ ગંભીર રીતે ઘાયલ થયા હતા. તેમનું શરીર બળેલું હતું તેથી તેમને એક સફેદ ચાદર ઓઢાડવામાં આવી હતી. શાસ્ત્રીજીએ નજીક જઈને તેમના ખબરઅંતર પૂછ્યા. એ જ વખતે મેજર ભૂપેન્દ્ર સિંહની આંખોમાં આંસુ આવી ગયાં. શાસ્ત્રીજીએ તેમને સાંત્વના પાઠવતાં કહ્યું કે તમે એક મહાન સૈનિક છો અને તમારે તો ઘણી લડતોમાં શૂરવીરતા બતાવવાની છે. તેઓ ઝડપથી સાજા થઈ જશે અને તેમણે કાયમ

પ્રસન્ન રહેવું જોઈએ. મેજર ભૂપેન્દ્ર સિંહે કહ્યું કે મારી આંખનાં આ આંસુ ઈજાની પીડાને કારણે નથી, પરંતુ હું મારા દેશના વડાપ્રધાનને સલામ નથી કરી શકતો તેની લાચારીના કારણે છે. આ સાંભળીને શાસ્ત્રીજીનું હૃદય ભરાઈ આવ્યું. મેં જોયું કે તેમના પોતાના માટે પોતાની લાગણીઓ પર સંયમ રાખવાનું ઘણું અઘરું થઈ પડ્યું હતું. લાલ બહાદુર શાસ્ત્રીએ દેશના લશ્કરને પોતાની ક્ષમતા સિધ્ધ કરવાનો મોકો આપ્યો હતો અને લશ્કર પણ તેમની અપેક્ષામાં ખરું સાબિત થયું હતું. 'જય જવાન, જય કિસાન'નો નારો આ વાતનું પ્રમાણ હતું કે જે નારો ભારતના ખૂણા ખૂણામાં ગુંજે છે.

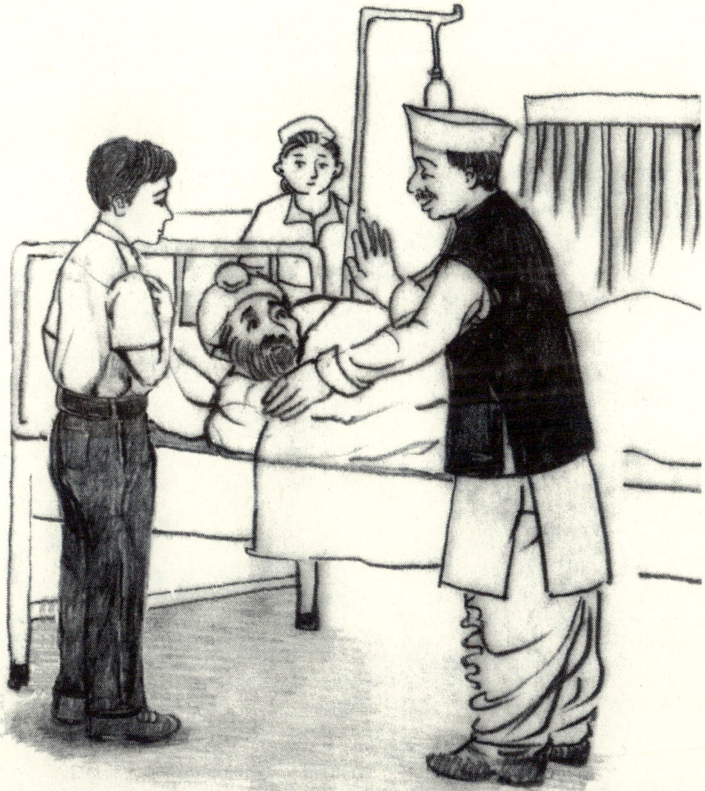

બુદ્ધિસાર:

રાષ્ટ્રભક્તિ એક મનોભાવ છે. તેને નાબૂદ ના કરી શકાય. કેટલાક લોકો તો ફક્ત દેશ માટે જ જીવે છે. મેજર ભૂપેન્દ્ર સિંહની આંખોમાં ઊંડી પીડાને કારણે આંસુ હતાં. આમ છતાં તેમની આંખોમાં વડાપ્રધાન માટે કોઈ પણ પ્રકારની ફરિયાદ નહોતી. તેના બદલે વડાપ્રધાન માટેના ઊંડા આદરભાવને કારણે તેમની આંખો ભાવુકતાથી છલકાઈ ગઈ હતી.

સાચું આતિથ્ય

(સમયગાળો : ૧૯૬૪ની આસપાસનો)

એક વખત લાલ બહાદુર શાસ્ત્રીએ બિહારના કેટલાક લોકોને વડાપ્રધાન નિવાસ પર આવીને મળવા માટે આમંત્રણ આપ્યું હતું. યોગાનુયોગ એ દિવસે એક વિદેશી મોંઘેરા અતિથિ માટે સન્માનસમારંભ આયોજિત કરાયો હતો અને તેમાં શાસ્ત્રીજીનું જવું ઘણું જરૂરી હતું. શાસ્ત્રીજીને સમારંભમાં આવતી વખતે થોડું મોડું થઈ ગયું હતું અને બીજી બાજુ બિહારથી આવેલા મહેમાનો તેમની રાહ જોઈ રહ્યા હતા. ઘણી વાર રાહ જોયા પછી પણ શાસ્ત્રીજીના આવ્યા તો મહેમાનોએ નિરાશ થઈને પાછા જવાનું નક્કી કર્યું. જ્યારે શાસ્ત્રીજી ઘરે પહોંચ્યા ત્યારે એ લોકો નીકળી ગયા હતા. શાસ્ત્રીજીએ આવતાવેંત પોતાના સચિવને પૂછ્યું, 'બિહારથી આવેલા મહેમાનો ક્યાં છે ?' ત્યારે સચિવે કહ્યું કે ઘણી રાહ જોયા પછી તેઓ નીકળી ગયા છે. આ સાંભળીને શાસ્ત્રીજી ખૂબ દુ:ખી થયા. તેમણે સચિવને પૂછ્યું કે શું તેઓ ક્યાં ગયા?

સચિવે કહ્યું કે તેઓ પ્રધાનમંત્રી નિવાસ સામે આવેલા બસસ્ટેશન ગયા હતા અને કારણ કે તેઓ અહીંથી જ બસ પકડવાના હતા. તરત જ શાસ્ત્રીજી બસસ્ટેશન તરફ ભાગ્યા. સચિવને ઘણી નવાઈ લાગી. કોઈ પણ દેશના વડાપ્રધાનને આવી પરિસ્થિતિમાં જોઈને નવાઈ લાગે. તેમણે શાસ્ત્રીજીને રોકવાનો પ્રયત્ન કરીને કહ્યું કે 'જો લોકો તમને આ

રીતે જોઈ જશે તો શું કહેશે ?' શાસ્ત્રીજીએ પણ વળતો પ્રશ્ન પૂછ્યો કે 'જો લોકોને એવી ખબર પડશે કે મેં મહેમાનોને મારા ઘરે બોલાવ્યા અને પછી હું તેમને ના મળ્યો તો લોકો શું કહેશે ?' આવી સ્થિતિમાં સચિવે કહ્યું કે હું જઈને તેમને બોલાવી લાવું છું. શાસ્ત્રીજીએ જવાબ આપ્યો કે 'મારે પોતે જ જવું પડશે. ભૂલ મેં કરી છે તો આ ભૂલ માટે મારે જ ક્ષમા માગવી જોઈએ. મારા જવા સિવાય બીજો કોઈ શ્રેષ્ઠ વિકલ્પ જ નથી.' ત્યારે તેઓ બસસ્ટેશન પર પહોંચ્યા તો તેમણે એ મહેમાનોને બસની રાહ જોતા જોયા. શાસ્ત્રીજીએ તેમની સામે ઊંડી દિલગીરી વ્યક્ત કરી અને તેઓ તેમને પોતાના નિવાસસ્થાને લઈ આવ્યા. તેમાના એક અતિથિએ ત્યારે કહ્યું હતું કે 'અમે દિલ્હીમાં ઘણું

બધું જોયું, પરંતુ અમે એ વાત ક્યારેય નહીં ભૂલીએ કે અમારા વડાપ્રધાન સાચા આતિથ્યનું સૌથી મોટું પ્રતિક છે.'

બુદ્ધિસાર:

શાસ્ત્રીજી સમજતા હતા કે અતિથિઓને જે ખોટું લાગ્યું છે તેની ક્ષમા માગવા તેમણે પોતે જ જવું જોઈએ. તેઓ પોતે ગયા એટલું જ નહી મહેમાનોને પાછા લઈ આવ્યા. આ કામ તેમના સચિવ પણ કરી શક્યા હોત પરંતુ શાસ્ત્રીજી માનતા હતા કે ભૂલ જે વ્યક્તિની હોઈ તેને જ તેની ક્ષમા માગવી જોઈએ અને પ્રાયશ્ચિત્ત પણ તેણે જ કરવું જોઈએ.

અમૂલ ડેરીની મુલાકાત

(સમયગાળો : ૧૯૬૫ની આસપાસનો)

આ કથા ભારતમાં શ્વેત ક્રાંતિનો પ્રારંભ થવાની કથા છે. સ્વર્ગસ્થ ડૉ. વર્ગીસ કુરિયને સ્મરણો વાગોળતાં જણાવ્યું હતું કે એ વખતે શાસ્ત્રીજીએ ગુજરાતમાં આણંદના પોતાના પ્રવાસ દરમિયાન અમૂલ ડેરીની મુલાકાત લીધી હતી. શાસ્ત્રીજી એ વખતે ભારતના વડાપ્રધાન હતા અને ડૉ. કુરિયને શ્વેત ક્રાંતિની દિશામાં કરેલા પ્રયાસોથી ઘણા પ્રભાવિત હતા. એ યાત્રાના અંતે તેમણે ડૉ. કુરિયનને પૂછ્યું કે શું તેઓ દેશમાં બીજી અમૂલની સ્થાપના કરી શકે છે ? ડૉ. કુરિયને જવાબ આપ્યો હતો કે મને એવું કરવામાં ખરેખર આનંદ થાય. એ પછી કુરિયને દેશભરમાં રાષ્ટ્રીય ડેરી વિકાસ બોર્ડ એન.ડી.ડી.બોર્ડની સ્થાપના કરીને દેશની દૂધની ડેરીઓના કામકાજ પર નજર રાખવાનું સૂચન કર્યું. સાથે સાથે કુરિયને એવી શરત રાખી કે એન.ડી.ડી.બી.નું મુખ્ય કાર્યાલય દિલ્હીમાં નહી, પરંતુ આણંદમાં થશે.

શાસ્ત્રીજીએ તરત જ તેમનું સૂચન સ્વીકારી લીધું અને તેમણે પોતાના સચિવને જણાવ્યું કે એન.ડી.ડી.બોર્ડનું મુખ્ય કાર્યાલય દિલ્હીમાં નહીં, પરંતુ આણંદમાં હશે. તેમને એવો પણ નિર્દેશ આપ્યો કે એન.ડી.ડી.બી.ના ચેરમેન ડૉ. કુરિયન હશે.

ડૉ. કુરિયને કહ્યું કે તેમની અનુભવી દૃષ્ટિ પરથી લાગતું હતું કે ભારતમાં શ્વેત ક્રાંતિના સૂત્રધાર લાલ બહાદુર શાસ્ત્રી જ હશે.

બુદ્ધિસાર:

હું માનું છું કે શાસ્ત્રીજી એન.ડી.ડી.બી.નું મુખ્ય કાર્યાલય આણંદમાં રાખવા માટે તરત સંમત થઈ ગયા તેની પાછળ બે કારણો હોઈ શકે.

(૧) તેમણે ડૉ. કુરિયનમાં કાર્યક્ષમ અને વ્યવસાયી વ્યક્તિ જોઈ હતી. તેમને લાગતું હતું કે જો ડૉ. કુરિયન એન.ડી.ડી.બી. સંભાળશે તો તેઓ તેનું વ્યવસાયિક રીતે સફળ સંચાલન કરી શકશે.

(૨) શાસ્ત્રીજી પોતે કોઈ પણ સંસ્થા પર પોતાનું નિયંત્રણ રહે એવું માનનારી વ્યક્તિઓ પૈકીના નહોતા. એન.ડી.ડી.બી. પર પોતાનું ઓછું નિયંત્રણ રહેશે એવી બાબતથી તેમને કોઈ ફરક પડતો નહોતો. રાજનૈતિક નેતાઓ દ્વારા સ્થપાતા કે ચાલતા એકમો કે સંસ્થાઓનું મુખ્ય કાર્યાલય કાં તો જે તે રાજનેતાના રાજ્યમાં હતા અથવા દિલ્હીમાં હતા. જોકે શાસ્ત્રીજીની વાત જુદી હતી.

સામ્યવાદી નહીં, મહાસામ્યવાદી

(સમય : ૧૯૬૬ ની આસપાસ)

સપ્ટેમ્બર, ૧૯૬૫માં ૨૨ દિવસ પછી પાકિસ્તાન સાથેનું યુદ્ધ પૂરું થઇ ગયુ હતુ. મારા પિતાજીએ જ્યારે આ યુદ્ધ પર વિચાર વિમર્શ કર્યો તો તેઓ ખૂબ દુઃખી થયા કે બે પાડોશી દેશ પરસ્પર હળી મળીને કેમ રહી નથી શકતા, તેઓ અંદરો અંદર યુદ્ધ કેમ કરી રહ્યા હતા, એમને ખાતરી હતી કે દરેક સમસ્યાનો કોઇને કોઇ ઉકેલ અવશ્ય હોય છે. એમના મગજમાં એ સમયે પાકિસ્તાનની સાથે એક દીર્ધકાલીન શાંતિ સમાધાનની વાત ઘોળાઇ રહી હતી. ત્યારે અચાનક સોવિયત સંઘના પ્રધાનમંત્રી શ્રી અલેક્સેઇ કોસિજન તરફથી ભારતના પ્રધાનમંત્રી શ્રી લાલ બહાદુર શાસ્ત્રી અને પાકિસ્તાનના રાષ્ટ્રપતિ જનરલ અયૂલ ખાન એક બેઠક યોજવાનો પ્રસ્તાવ આવ્યો. શાસ્ત્રીજીઆ બેઠક માટે થોડો ખચકાટ અનુભવ્યો. બંને દેશોના હિતને ધ્યાનમાં રાખીને તેમણે કોસિજનનું નિમણંત્રણ સ્વીકાર્યું. શાસ્ત્રીજી અને અટૂલ ખાને તાશ્કંદમાં જાન્યુઆરી ૧૯૬૬ પહેલા અઠવાડિયામાં મળવાનો નિર્ણય કર્યો. જે ઉજબેકિસ્તાનની રાજધાની છે.

જ્યારે લાલ બહાદુર શાસ્ત્રી ત્રીજી જાન્યુઆરી ૧૯૬૬ના રોજ તાશ્કંદ જવા રવાના થયા, ત્યારે એમના મનમાં પાકિસ્તાન સાથે દીર્ધકાલીન શાંતિનો હલ નીકાળવાની આશા હતી. એ સમયે આશ્કંદમાં બહુ જ ઠંડી પડતી હતી અને શાસ્ત્રીજી પાસે પોતાનો ખાદીનો એક

સાધારણ ગરમ કોટ હતો. પ્રધાનમંત્રી અલેક્સેઇ કોસિજે અનુભવ્યું કે ભારતીય પ્રધાનમંત્રીએ જે કોર્ટ પહેર્યો છે એટલો ગરમ નથી જે મધ્ય એશિયાની ઠંડી હવાઓથી રક્ષણ આપી શકે. કોસિજન શાસ્ત્રીજીને એક રશિયન કોટ ભેટમાં આપવા માગતા હતા. પરંતુ એમને ખ્યાલ નહોતો આવતો કે એ આ ભેટ કેવી રીતે આપે, કારણ કે બધાને શાસ્ત્રીજીના સ્વભાવનો પરિચય હતો. આખરે એક કાર્યક્રમમાં તેમણે એક રશિયન કોટ ભારતીય પ્રધાનમંત્રીને ભેટમાં આપ્યો અને આશા રાખી કે તાશ્કંદની મહત્વપૂર્ણ બેઠકમાં તે એ જ કોટ પહેરે.

બીજે દિવસે સવારે કોસિજને ધ્યાનથી જોયું કે શાસ્ત્રીજી એ એજ ખાદીનો કોટ પહેર્યો હતો, જે તેઓ દિલ્હીથી પોતાની સાથે લઇને આવ્યા હતા. તેમણે ખચકાટ સાથે શાસ્ત્રીજીને પૂછ્યું કે એમને ભેટમાં આપેલો કોટ ગમ્યો? શાસ્ત્રીજીએ હકારાત્મક જવાબ આપતા કહ્યું કે તે સાચે જ બહુ જ ગરમ છે અને મારા માટે આરામદાયક પણ છે, પરંતુ મેં એ કોટ મારા સ્ટાફના એક સભ્યને આપી દીધો, જેની પાસે આવી કડકડતી ઠંડીથી બચવા માટે કોઇ સારો ગરમ કોટ નહોતો. હું ચોક્કસ ઠંડા દેશોની મારી ભવિષ્યની યાત્રાઓમાં તમારો ભેટ આપેલો કોટ પહેરીશ.

પ્રધાનમંત્રી કોસિજન શાસ્ત્રીજીના વ્યક્તિત્વથી એટલા પ્રભાવિત થયા કે તેમણે ભારતીય પ્રધાનમંત્રી અને પાકિસ્તાનના રાષ્ટ્રપતિના સન્માનમાં આયોજિત એક સાંકૃતિક કાર્યક્રમમાં પોતાના સ્વાગત પ્રવચનમાં આ બાબતનો ઉલ્લેખ પણ કર્યો હતો. કોસિજિનની આ સંદર્ભે કહ્યું કે આપણે સામ્યવાદી જરૂર છીએ, પરંતુ પ્રધાનમંત્રી શાસ્ત્રીજીતો વાસ્તવમાં એક મહા-સામ્યવાદી છે. પ્રધાનમંત્રી કોસજને કહેલા આ શબ્દો શાસ્ત્રીજીની મહાનતા દર્શાવે છે.

બુદ્ધિસારઃ

અનિલ આગળ યાદ કરે છે કે રશિયાની અન્ય એક મુસાફરી દરમિયાન શાસ્ત્રીજીને ૨૦ કેરેટ સોનાની એક ઘડિયાળ ભેટમાં મળી હતી, જે તેમણે પાછા આવીને અનિલને આપી દીધી હતી. અનિલે ખુશ થઈને એ ઘડિયાળ લઈ લીધી. પરંતુ તેઓ જાણવા માગતા હતા કે પિતાજીએ આ ઘડિયાળ કેમ ન પહેરી, શાસ્ત્રીજીએ એનો જવાબ આપતા કહ્યું કે એક ગરીબ રાષ્ટ્રનો નેતા તડક ભડક વાળું જીવન ન જીવી શકે.

સામાન્ય રીતે લોકો પોતાનાથી અમીર લોકોની તુલના કરતા હોય છે, એમની સામે જોતા હોય છે, જેથી તેઓ તુલના કરી શકે કે પોતાની પાસે શું છે. પરંતુ શાસ્ત્રીજી એ હંમેશા પોતાનાથી નીચા લોકોને જોયા કે એમની પાસે કઈ વસ્તુ નથી, અને પોતાની જરૂરિયાત પર ધ્યાન આપવા કરતા બજાની જરૂરિયાતો પૂરી કરવાનો પ્રયત્ન કર્યો.

એક મર્મસ્પર્શી શ્રદ્ધાંજલિ

(સમય : ૧૯૬૬)

શ્રી રાજેન્દ્ર પ્રસાદ એક ઘટનાનું વર્ણન કરતા કહે છે કે જ્યારે ૧૧ જાન્યુઆરી, ૧૯૬૬ની ક્રૂર રાતે શાસ્ત્રીજીનો પાર્થિવ દેહ ૧૦, જનપથ પર લોકોના દર્શનાર્થે રાખવામાં આવ્યો હતો. હજારો લોકો અશ્રુભિની આંખે તેમના અંતિમ દર્શન કરીને આગળ વધી રહી હતી. દરવાજા ઉપર ઉભેલા ચોકીદારને સૂચના આપવામાં આવી કે બધા લોકો એક લાઇનમાં દર્શન કરવા આવે, પરંતુ લોકો લાઇન તોડી દેતા હતા. જેના કારણે બહુ જ અવ્યવસ્થા અને અફવા ફેલાઇ રહી હતી.

લોકો લાઇન તોડી, નંબર પ્રમાણે ન આવતા હોવાથી સુરક્ષા પ્રમુખે ગાર્ડને ધમકાવ્યો. એના જવાબમાં ગાર્ડે કહ્યું, સર, હું છું કરી શકું ?, હું એમને હાત જોડીને લાઇન ન તોડવા માટે વિનંતી કરું છું તો એ લોકો કહે છે કે તમે અમને રોકવા કોણ? શું તમે નથી જાણતા કે હું ફલાણો.. ફલાણો છું. અને તેઓ એજ સમયે અંદર જવાની જીદ કરે છે. પરંતુ મને સંપૂર્ણ વિશ્વાસ છે કે આ લોકો જે વ્યક્તિને અહીંયા જોવા આવી રહ્યાં છે, જો એ વ્યક્તિ જીવતી હોત તો ચોક્કસ મારી વાત સાંભળત અને ક્યારેય પણ લાઇન ન તોડત.

બુદ્ધિસારઃ

શાસ્ત્રીજી લોકશાહીના પ્રતિરૂપ હતા અને સમાનતાના પરમ સમર્થક. લોકશાહીનું એક પાસુ છે બધા માટે સમાન અવસર, જે પંક્તિબદ્ધ વ્યવસ્થામાં બહુ સારી રીતે પ્રતિબિંબિત થાય છે. એક પંક્તિ સામાજિક સમાનતાની પ્રતિક હોય છે, જેમા નાના મોટા કોઇ અંતર નથી હોતુ, ત્યાં બધા સરખા હોય છે.

શાસ્ત્રીજીએ આપણા જીવન પર કોઇ અસર કરી છે કે નહીં

એ એક ચર્ચાનો વિષય છે. પરંતુ જે ગાર્ડે એમની સેવા કરી હતી, એ ભારતીય નેતા આપણા ભારતીયોથી કેટલા અલગ હતા, જેની સેવા કરવાનું સૌભાગ્ય એને મળ્યું હતું.

સંદર્ભ સૂચિ

૧. એમ. અધિકારી, લાલ બહાદુર શાસ્ત્રી, રાજપાલ એન્ડ સન્સ, નવી દિલ્હી, ૧૯૬૬

૨. મંજુલા, ગુદડી કા લાલ, લાલ બહાદુર, ઉમેશ પ્રકાશન, નવી દિલ્હી, ૧૯૬૬

૩. એમ. જી. ગુપ્તા, ધ પ્રાઇમ મિનિસ્ટર ઓફ ઇન્ડિયા, આગ્રા, ૧૯૮૯

૪. લાજપત રાય, યંગ ઇન્ડિયા, એન ઇન્ટરપ્રિટેશન એન્ડ એ હિસ્ટરી ઑફ ધ નેશનાલિસ્ટ મુવમેન્ટ ફ્રોમ વિધિન, લોક સેવક મંડળ, લાહોર, ૧૯૨૭

૫. અનુસૂયા પ્રસાદ બાલદોઈ, કર્મયોગી લાલ બહાદુર શાસ્ત્રી, રાધા પબ્લિકેશન્સ, નવી દિલ્હી, ૧૯૯૧

૬. રાજેશ્વર પ્રસાદ, ડેઝ વિથ લાલ બહાદુર શાસ્ત્રી, ગ્લિમ્પસિસ ફ્રોમ ધ લાસ્ટ સેવન ઈયર્સ, એલાઈડ પબ્લિશર્સ પ્રાઈવેટ લિ., નવી દિલ્હી, ૧૯૯૧

૭. રામ શર્મા, લાલ બહાદુર શાસ્ત્રી, એન એરા ઑફ ટ્રાન્ઝીશન ઇન ઇન્ડિયન ફોરેન પોલિસી, કનિષ્કા પબ્લિશર્સ એન્ડ ડિસ્ટ્રીબ્યુટર્સ, નવી દિલ્હી, ૨૦૦૧

૮. હૈન્જેન, વેલેસ, આફ્ટર નહેરુ હૂ ? રૂપર્ટ હાર્ટ ડેવિસ, લંડન, ૧૯૬૩

૯. શ્રી લાલ બહાદુર શાસ્ત્રી સેવા નિકેતન, ધરતી કા લાલ, લાલ બહાદુર શાસ્ત્રી સ્મૃતિગ્રંથ, નવી દિલ્હી, ૧૯૮૬
૧૦. લાલ બહાદુર શાસ્ત્રી, લાલ બહાદુર શાસ્ત્રી કે કુછ ચુનિંદા ભાષણ (૧૧ જૂન, ૧૯૬૪ થી ૧૦ જાન્યુઆરી, ૧૯૬૬ સુધી), પ્રકાશન વિભાગ, સૂચના અને પ્રસારણ મંત્રાલય, નવી દિલ્હી, ૧૯૭૪

Wisdom Village Publications Pvt Ltd

W V P D **Knowledge is information. Wisdom is transformation.**

Padakar Zilo Safalta Melavo
Gujarati
ISBN9789380710020(PB)
Price Rs.125.00

Rajnitigya Machiavelli
Gujarati
ISBN 9789380710334 (PB)
Price Rs 75.00

Nidar Bano
Gujarati
ISBN 9789380710402(PB)
Price Rs. 225.00

Aavo Apne Subhyata Kelavo
Gujarati
ISBN 9789380710051(PB)
Price Rs. 125.00

Nek Vyakti Kaise Jeetay
Pavan Choudary
Gujarati
ISBN 9789380710648(PB)
Price Rs. 195.00

Kabirna Marge Safalta
Gujarati
ISBN 9789380710198(PB)
Price Rs. 95.00

Chanakyana Marge Safalta
Gujarati
ISBN 9789380710181(PB)
Price Rs. 95.00

Confuciusna Marge Safalta
Gujarati
ISBN 9789380710204(PB)
Price Rs. 95.00

ORDER YOUR COPY. ON BULK ORDERS AVAIL SPECIAL DISCOUNT. CONTACT
-+91 98 108 00469, Website: www.wisdomvillagepublications.com, Email: wvpdindia@gmail.com